சேயுமானவன்

மதுமிதா பாஸ்கர்

AELAY PUBLISH

ISBN 978-93-5533-125-0
Page : 77

பொருளடக்கம்

முன்னுரை

இதுவே என் முதல் கதை எனக்கு தெரிந்த வரையில் நீங்கள் படிப்பதற்க்கேற்ற வண்ணம் இதை தொகுத்துள்ளேன். இதில் நான் கையாண்ட கதாபாத்திரங்கள் அனைத்தும் என் வாழ்வில் சந்தித்தவைகளே. இது ஒரு சிறு பெண்ணின் வாழ்க்கை கதை மட்டுமல்ல, இவளை போன்ற பெண்கள் இங்கு எவ்வளவோ!!! ஒரு பெண் தன் வாழ்க்கையில் தேடும் ஒரே முதல் அன்பு அது அவள் தந்தை அவளுக்கு தரும் பேரன்பே!!!!

தனக்கு கிடைக்கவில்லை என்றாலும் , தான் அதை பற்றாமல் ஓய்வதில்லை என்ற எண்ணம். எண்ணற்ற சவால்களையும் எதிர்கொண்டு அதை தாண்டி தன் வாழ்வில் நினைத்ததை முடித்த பெண்களில் இவளும் ஒரு அழியா கூற்றே. ஒரு பேதை பெண்களுக்கே உரிய மகத்தான குணம் திமிர், அதை நாம் கர்வம் என்றும் கொள்ளலாம் அல்லவா. "கண்ணில் கோபத்தையும் இதயத்தில் பாசத்தையும்" வைத்திருக்கும் தந்தைகளை நம் எங்கோ கதைகளில் படித்ததுண்டு. நாம் இக்கதையில் நிஜங்களாகவே காண்போம் வாருங்கள். அவள் பெயர் சிந்து; அம்மா அவளுக்கு ஆசை ஆசையாய் வைத்த பெயர் தான் எத்தனை அழகு!!! இவளுக்கு ஒரு அண்ணனோ, தம்பியோ வேண்டுமென்பதே இவளின் தந்தையின் பரிதவிப்பு. ஆனால் என்னசெய்வது தெய்வத்தின் விதி யாரை விட்டது. ஒரேஒரு பெண் குழந்தையை வெறுக்கும் தந்தையின் கோபத்திற்கு ஆளானால் நம் நாயகி.

அந்திமாலை நேரம்

ஓர் மஞ்சள்வண்ண மாலைநேரம், குளிர்தென்றல் வீசுகின்ற அந்திமாலையில் நம் கதிரவன் மறையும் நேரத்தை எதிர்நோக்கி நின்றுகொண்டிருந்த ஒரு பக்ஷியின் குஞ்சு தன் தாயின் வரவை மிக ஆவலுடன் எதிர் பார்த்து கொண்டிருந்தது. அங்கே என் எதிர்வீட்டு பெண்ணாகிய நமது கதையின் நாயகி "சிந்து" ஒரு புத்தகத்தை வாசித்த வண்ணம்; ஆம் அவள் ஒரு புத்தக பிரியை, நான் எப்போதும் வரும்போதே, அக்கா இன்று ஒரு கதை படித்தேனென்று, அதன் கதையினை துவக்கி என் பிராணனை வாங்கிவிடுவாள், அதோடு இல்லாமல் அவளின் வாழ்க்கையின் டைரி நான் என்றும் கூட சொல்லலாம். ஏன்னா அவளோட எல்லா விஷயத்தையும் ஒன்று விடாமல் சொல்லிடுவா, ஏனோ? சிறிது வழக்கத்திற்கு மாறாக எதையோ பறிகொடுத்தார் போலவே புத்தகத்தை பார்த்த வண்ணம் புரட்டிகொண்டுமிருந்தால். நான் திகைத்த வண்ணம் அவளின் அருகில் சென்று, ஏனடி? பெண்ணே இப்படி ப்ரமை பிடித்தவள் போல உக்கார்ந்திருக்க என்று கேட்டேன். அவள்; நீண்டநேர சிந்தனைக்குப்பின் மீண்டும் லோகம் திரும்பியயதை போல; அக்கா! வந்துவிட்டீரா என்று முன்னமே எதிர்பார்த்து காத்துகொண்டிருப்பவள் போல் என் கையை பிடித்து பெரும் மூச்செழுந்தாள். நான்; என்னடி விசேஷம் திடீர்னு என்ன தேடுற? இல்லக்கா, இன்றைக்கு நாலு பேர்

வந்தாங்க. பழைய துணி இருந்தா கேட்டங்கக்கா எங்கம்மா அதெல்லாம் ஒன்னும் வேணாம் அவங்க எடுத்துட்டு போய் அத பழைய பாத்திர காரனுக்கு தான் போடுவாங்க அதெல்லாம் கொடுக்க முடியாதுனு சொல்லிட்டாங்க என்று புலம்பினாள். நான்; இதென்னடி சரியாதன சொல்லிற்காங்க விடு நாம் ஆசிரமம் போகும்போது எடுத்து கொண்டு போகலாம்னு சொல்லிட்டு வீடு திரும்பினேன்.

சிந்துவின் மனக்கலக்கம்

சிறிது நேரம் என்ன நினைத்தாளோ தெரியல அந்த மரத்துல இருக்குற பக்ஷிய பாத்தபடி உரைஞ்சு நின்னுகிட்டு இருந்தா. நாம இதுவரை பார்த்திருக்கிற சாதாரண பொண்ணுயில்ல அவ, வாழ்க்கையில பல கஷ்டத்தையும் தாண்டி இப்ப ஒரு பிரபல தனியார் அலுவலகத்தில் வேலை பார்த்துகிட்டு இருக்குறா.

நானும் எவ்வளவோ சொல்லிட்டேன் ஒரு கல்யாணம் பண்ணிகோடினு. அவ கல்யாணம் பண்ணிகாம இருக்குறத்துக்கு ஒரு காரணமும் இருக்கு. அவ அப்பான்னா அவளுக்கு அவ்வளவு இஷ்டம், ஆனா எதையுமே காட்டிக்கமாட்டா. அவ அப்பாவும் அப்படித்தான் அவரும் இவளும் எப்போ பாத்தாலும் எதிரும் புதிருமாத்தான் இருப்பாங்க. அதுனால அவளுக்கு வரபோற மாப்பிள்ளை இப்படி இருக்கணும் அப்படி இருக்கணும்னு அடிக்கடி என்கிட்ட சொல்லிகிட்டே இருப்பா. ஆனா சிலநாளவே அதபத்தி என்கிட்ட அவ பேசுறதே இல்ல. ஏண்ணு கேட்டாலும் உடனே புத்தகம் படிக்கப் போய்டுறா. நானும் அதுக்கு அப்பறம் அத பத்தி பேசுறதயே விட்டுட்டேன்.

நானும் வீட்டிற்கு வந்து என் அம்மாவுக்கு உதவி செய்து கொடுத்துட்டு சிந்து கிட்ட பேசுவதையே

வழக்கமாக வைத்திருந்தேன். அப்படித்தான் இன்னைக்கும் நாங்க பேசிக்கிட்டு இருக்கும்போது ஏன் சிந்து என்னாச்சு யோசனைலயே இருக்குற ஏதாவது பிரச்சினையா என்றேன். அவள் இல்லக்கா எனக்கு மனசே சரியில்ல ஏதோ தனிமையாக இருக்க விரும்புகிறேன்.

உங்க கிட்ட கூட இன்னைக்கு இத சொல்லிட்டு இனிமே இங்கவரமாட்டேன்னு சொல்லத்தான் வந்தேன். கோச்சுகாதிங்க என்றும் தனக்கு தனிமை பிடித்திருக்கிறது என்றும் பித்து பிடித்தவள் போல பேசிவிட்டு இறுதியில் , நீங்கள் எப்போது வேண்டுமானாலும் என்னிடம் வந்து பேசலாம் என்று சொல்லிவிட்டு கிளம்பிவிட்டாள்.

எனக்கு அவளை பற்றி தெரியுமாதலால் ஒன்றும் ஆமோதிக்காமல் சரி என்றேன். சிலநேரம் சிலமனிதர்கள் அப்படித்தான் தனிமையை தேடுகிறார்கள் என்று எண்ணிக்கொண்டேன். சிறிது திகைத்துவிட்டு சாதாரண மனிதராக இருக்கமட்டும் எவ்வளவோ நிகழ்கின்றன...

இவளோ கதை நாவலில் வரும் பெண்ணாக அல்லவா அவள் வாழ்கையில் கரைதேர்ந்திருக்கிறாள் என்றெல்லாம் எண்ணிய என்மனம் சிறிது சிந்துவின் மனதிற்குள் சென்றது. என் கற்பனையை நான் சிந்துவாக இருந்து அவள் சிறுவயதை நோக்கி மெல்ல சிந்திக்க தொடங்கினேன்.

சிந்துவாகிய நான்

என் பிறப்பில் கடவுள் ஏன் என்னை சாபம் இளைத்தானோ இல்லை நான் வாங்கிய வரம் அத்தகைய வரமோ? பிறப்பெடுக்கும் அக்கணமே என் தந்தை என்னை வேண்டாம் என்றது ஏனோ?

பிறக்கையில் சாபமேற்று திரௌபதியைப் போல் தன் தந்தையின் வெறுப்பினை ஈன்றது ஏனோ? பிறந்த கணம் முதல் என்னை பார்ப்பதற்கு கூட வராமல் என் தந்தையை தடுத்தது எதுவோ? என்றெல்லாம் என் அம்மா கூற கேட்ட பொழுதெல்லாம் , என்னை எதற்காக இப்பூவுலகில் நரக வாழ்கைக்காக பிறப்பெடுக்கவைத்தாய் இறைவா! என்றெல்லாம் பலமுறை என் அம்மாவிற்கு தெரியாமல் அழுததுண்டு. இவ்வாறாக நான் என்ன தவறு செய்தேன் பெண்ணாக பிறந்தது என் தவறா இல்லை என் அப்பா அவருக்கு ஆண் பிள்ளை வேண்டுவது தவறா என்றெல்லாம் என்மனம் கேள்வி எழுப்பிக்கொண்டே இருந்தது.

நான் மிகவும் மகிழ்ச்சியாக இருந்த தருணம் என் வாழ்வில் என்றால் குறைவு தான். ஆனால் என் அம்மா இதற்கெல்லாம் ஏங்காதவண்ணம் என்னை தாயும் தந்தையுமாக வளர்த்தாள்.

அவ்வப்போது நான் என் நண்பர்கள் என்று என் துன்பத்தை பகிர்ந்துகொண்ட சிலர் கூட என்னை

தந்தைக்கு பிடிக்காத மகள் தானே நீ என்று குறை கூற தொடங்கினர். அப்பொழுதெல்லாம் என் மனதிற்கு மட்டுமே தெரியும் நான் எவ்வளவு வேதனை கொண்டேன் என்பது. அப்பொழுதெல்லாம் எனக்கு அவ்வளவு விவரம் இருக்கவில்லை. என் அப்பா சாதாரண கூலி வேலை செய்பவராகத்தான் இருந்தார்.

என் அம்மா என்னவோ என்னை இளவரசியாக பாவித்து அவளுக்கு என்று எதுவும் செய்து கொள்ளாமல் கூட எனக்கு செய்தாள். சிறுப்பருவத்திலேயே எனக்கு ஆண் வர்க்கம் என்றாலே வெறுப்பை உண்டாக்கிற்று காரணமோ? நான் என் அப்பாவிடம் ஏங்கிய அன்பும் அவரின் அலட்சியமான வாழ்க்கை நெறிகளும் தான் காரணம்.

என் அப்பாவிற்கு ஒரேயொரு கெட்ட பழக்கம் இருந்தது ஆனால் எனக்கோ பிடிப்பதில்லை. சிறிதும் பிடிக்கவில்லை என்பதே உண்மை. குடிகளின் குடியை நாசம் செய்யும் மதுக்குடியே அப்பழக்கம். என் அம்மா ஒரு ரூபாய் என்றால் கூட சேமிக்க எண்ணுவாள் ஆனால் என் அப்பாவோ அவ்வொருருவாவை கூட விடாமல் செலவழித்து விட்டு வீடு திரும்புவார். ஆனால் அவரை சொல்லியும் குற்றம் இல்லை அவர் செய்த தொழில் அவ்விதம். மிகவும் சிரமமாக இருந்தால் அதை தொடாமல் அவரால் இரவில் நிம்மதியாக உறங்க முடியாது காரணமோ வலி அவ்விதம். அப்போது முடிவு செய்தேன் என் அப்பாவின்

இந்நிலை மாறவேண்டுமானால் நான் தான் நல்ல வேலை செய்து என் அப்பா அம்மாவை பார்த்துகொள்ளவேண்டும் என்று.

முதல்முறை முத்தம்

இவ்விதம் என் வாழ்க்கை கடந்தது. அப்பொழுது நான் இரண்டாம் வகுப்பு படித்து வந்தேன். அப்பொழுதே நான் மிகவும் ஆனவக்காரியாகவும், வாழ்வில் எவ்விதமேனும் தன் அப்பாவிடம் அன்பை சம்பாதிக்க நல் வழியை ஈட்ட முயற்சித்தேன்.

என் பள்ளிப்பருவத்தில் மிகவும் நான் ஆனந்தமாகவும், உற்சாகமாகவும் இருப்பேன். என் வீட்டில் அவ்வளவு பொருளாதார முன்னேற்றம் ஒன்றும் இல்லையாதலால் நான் அரசு பள்ளியிலேயே படித்தேன். என் தோழி திவ்யா என்பவள் என்மீது மிகவும் அன்பாகவும் பழகி வந்தாள். என் வீட்டிற்கு அவளும் அவள் வீட்டிற்கு நானும் செல்வது வழக்கம்.

என் அம்மாவும் அவள் அம்மாவும் எங்களால் நல்ல நண்பர்களாக மாறினர். எங்கள் பள்ளியில் அப்பொழுது ஓட்ட பந்தயம் நடந்தது, அன்று சுதந்திரவிழா சிறப்பு நிகழ்ச்சியாக நடைபெற்றது. எனக்கு எதிலும் நான் முன்னோடியாக இருக்க வேண்டும் என்று கர்வம் உண்டு. அன்றோ என் மூத்த அண்ணன் அக்கா மார்களுடன் போட்டி நடைபெற்றதால் நான் இரண்டாம் பரிசு பெற்றேன். உடனே நான் மிகவும் மகிழ்ச்சியுடன் என் பெற்றோர்களிடம் வந்து ஆவலுடன்

தெரிவிக்க ஓடோடி வந்தேன். வந்து பார்க்கையில் என் மனதிற்குள் ஒரே குழப்பம் முதன்முறை என் அப்பாவை அந்நிலையில் நான் பார்க்கிறேன்.

அவ்வளவு சக்தியற்ற நிலையில் அப்பெரும் பழக்கத்திற்கு அடிமையாதலால் அவ்வாறு வாசல் அருகிலேயே படுத்திருந்தார். என் அம்மாவோ அழுகையுடன் உட்கார்ந்திருந்தாள். நான் இந்த செய்தியை சொல்லலாம் என்று அவ்வளவு மகிழ்ச்சியுடன் வந்தது இப்படி என் அம்மா அழுகையை பார்பதற்கு தானா எனத்தோன்றியது.

இனம் புரியாத பயத்துடன் கூடிய வெறுப்பு என் அப்பாவின் மீது ஏனெனில் இதுவரை என் அம்மாவை அழுதபடி நான் பார்த்ததேயில்லை. இன்று இவ்விதம் நான் கண்டதும் என் அப்பாவின் மீதே என் கோபம் , ஆத்திரம், பயம், பரிதவிப்பு, என்னால் விவரிக்க முடியாத ஒரு உணர்ச்சி. நான் என் அம்மாவிடம் சென்று அழாதே அம்மா உனக்கு நான் இருக்கிறேன் என்று கூறி என் அம்மாவின் மடியில் படுத்து அழ துவங்கிவிட்டேன். ஏனெனில் நான் மிகவும் விரைவில் இரவில் உறங்கி விடுவேன் எனவே என் அப்பா எவ்விதம் வருகிறார் என்பது எனக்கு தெரியாது.

அன்று இரவு நாங்கள் யாரும் சாப்பிடவே இல்லை அம்மா எனக்கு மட்டும் இட்லிக்கார பாட்டியிடம் இரண்டு வாங்கி வந்தாள். என்னால் பொறுக்க முடியவில்லை நான் அப்பொழுது சிறியபிள்ளை என்பதால் நானும் சாப்பிட்டு தூக்கம் வராமல் என் அம்மாவிடம் ஏன் அப்பா இவ்வாறு செய்கிறார்

என்று கேட்டுக்கொண்டே இருந்தேன். அவள் ஒன்றும் பேசாது மௌனம் கொண்டாள். அப்போது ஒரு சத்தம் என் அப்பா வாயிலிருந்து அம்மா ஏன் என்னை தனியே விட்டு சென்றாய்? என்று பரிதாப குரலில் அறைகூவல் விடுத்தார்.

நான் செய்வதறியாது திகைத்து சிறிது பயந்தும் என் அம்மாவிடம் சென்று மண்டியிட்டு கட்டி அணைத்து கொண்டேன். சிறிது நேரம் என் அப்பா இவ்வாறே உலரியபடி என்னவெல்லாமோ தன் அம்மாவை இழந்த வலி பொறுக்காமல் இடைவிடாது பேசிக்கொண்டும் இருந்தார். ஆனால் அவர் கண் விழிக்கவில்லை.

கண் மூடியவாறே செய்வதறியாது பினாத்திகொண்டிருந்தார். அப்போது சிந்து என்று உளரும் சப்தம் கேட்டது அப்போது என் அம்மா அடுபங்கரையில் எல்லாம் சரிவரியாக அடுக்கி வைக்க போயிருந்தாள். எனக்கு அன்றுவரை என்னை கண்டாலே பிடிக்காதென்றும், தன்னை அவர் சாபமாக கருதுகிறார் என்றும் நினைத்த எனக்கு அதிர்ச்சியாகவும், ஒருவித மகிழ்ச்சியாகவும் இருந்தது ஏனெனில் அன்றுவரை அவர் தன் பெயரை கூப்பிட்டதே இல்லை என்பதால் அவ்வேதனையிலும் என் மனம் சிறிது மகிழ்ச்சியை தழுவியது.

அப்போது அவர் சொல்வது உண்மையா பொய்யா உலருகிறாரா என்பதெல்லாம் ஒருபுறம் இருந்தாலும் அவர் சொல்வதை கேட்கலாம் என்ற தீர்மானம் தோன்றியது. அவர் அருகில் சென்று

அவர் நினைவில் இல்லை என்பதை உறுதி செய்து கொண்டு பக்கத்தில் அமர்ந்தேன்.

அப்போது மயக்கம் கலந்த நிலையில் சிந்து !!! என் மகளே எனக்கு உன்னை பிடிக்காதென்று யார் சொன்னது உன்னை எனக்கு அவ்வளவு பிடிக்கும் நீ நன்றாக படிக்கவேண்டும். அதற்காக தான் இவ்வுயிர் உள்ளது என்றும். தனக்கு எவ்வளவு செலவு வேண்டுமானாலும் செய்து படிக்க வைப்பதாகவும் அவர் முணுமுணுத்தார்.

அப்போது சிறுபிள்ளை ஆகிய எனக்கு ஒன்றுமே செய்வதறியாது ஒரு நிமிடம் அவர் முகத்தை பார்த்தபடி அவர் தலையை எடுத்து என் மடிமீது வைத்து என் செல்ல கோழிக்குஞ்சு வலியில் கத்தினால் தடவுவதை போல தடவினேன். ஆனால் என் அப்பா தலை மிகவும் கனத்தது இருந்தும் தன்னை பற்றி இவர் மனதில் இவ்வளவு மனக்கோட்டை கட்டி இருப்பதை எண்ணி எண்ணி ஆச்சர்யம் கலந்த அழுகை தாரை தாரையாக வழிந்தது. பிறகு சற்று அவரை நகர்த்தி அவர் நெற்றியில் முதன்முறை என் முத்தத்தை பதித்தேன்.

அன்றுவரை இத்தகைய பாக்யம் எனக்கு கிடைக்கவே கிடைக்காது என்று எண்ணியிருந்த எனக்கு அன்று கிடைத்ததும் செய்வதறியாது சென்று அழுதுகொண்டே உறங்கிவிட்டேன். மீண்டும் காலையில் எழுந்ததும் என் அப்பா பழைய அப்பாவாக மாறியது கண்டு எனக்கு ஒன்றும் ஆச்சர்யம் இல்லை. ஏனெனில் நேற்று

இரவு கிடைத்ததே வரம் என்றும் எண்ணிக்கொண்டும் என் தோழியிடம் கூறி மகிழ்ந்துகொண்டிருந்தேன்.

தரிசனம்

சிறுவயதில் நாங்கள் கோவிலுக்கு செல்லும் போதெல்லாம் என் அப்பா என்னை தன் தலை மீது தூக்கி எனக்கு தரிசனம் காட்டுவார். பெரும்பாலான வீடுகளில் இது கண்டிப்பாக நடந்திருக்கும். ஆனால் எனக்கு அதெல்லாம் ஒரு விதமான புதிய அனுபவமே!!! என்னை என் அப்பா சபரி மலைக்கும் கூட அழைத்து சென்றுள்ளார்.

அங்கேயும் என்னை அவர் தலை மேல் தூக்கியே தரிசிக்க செய்தார். என் அப்பா மிகவும் நல்லவர், சொல்லபோனால் அவர் ஒரு குழந்தை என்பதே எனக்கு நான் வளர்ந்த பின்பே தெரியவந்தது. ஆனால் அவருக்கு இருந்த ஒரு குறை என்றால் அந்த பழக்கம் மட்டுமே. அதை விடுவதும் எளிதன்று என் அப்பா செய்யும் தொழில் அவ்வாறு கடினம். ஒவ்வொரு கற்களும் மலை போன்ற கணம் கணக்கும் என்பதை அவர் எனக்கு ஒருமுறை சொல்லியிருக்கிறார். ஆனால் அவரோ நானோ அதிகமாக பேசிகொள்வதும் இல்லை சிறுவயதில் இருந்தே பழகிய ஒன்றாக இருந்தது.

என்னை அவருக்கு பிடிக்காது என்று அவரும் அவருக்கு என்னை பிடிக்காது என்று நானும் நினைத்து கொள்வேன். இவ்வாறாக எந்த விதத்திலும் எங்களுக்கு ஒற்று போவதில்லை. அப்பா என்றால் கோபம், வெறுப்பு இதுதான்

எனக்கு தெரியும். ஆனால் அக்கோபத்தில் தான் அன்புள்ளது என்பது நான் வளர்ந்த பின்பே புரியவந்தது.

முதல் மதிப்பெண்

நான் சிறுவயதிலிருந்தே படிப்பில் நாட்டமுள்ளவளாகவே இருப்பேன். இப்போது என் அப்பாவின் ஆசை கூடவே இருக்கையில் எனக்கு மிக அதிக ஆர்வம் படிப்பில் ஏற்பட்டது. எப்போதும் போலவே பள்ளியில் பரிட்சை வைக்க தொடங்கினர்.

என்னைப்போலவே என் தோழி திவ்யா எனக்கு சமமாக படிப்பில் ஆர்வமும், கொள்கையும் கொண்டிருந்தாள். நானும் திவ்யாவும் போட்டியிட்டு கொண்டு படிக்க துவங்கினோம். எனில் என்னால் இரண்டாம் மதிப்பெண் மட்டுமே எடுக்க முடிந்தது. ஏனெனில் திவியாவிற்கு அண்ணா இருந்தான் அவன் சுலபமாக அனைத்து பாடங்களையும் அவளுக்கு புகட்டினான்.

நானோ ஒரே பிள்ளை அம்மாவும் அப்பாவும் படிக்கவில்லை எனவே நான் மிகவும் வெறியுடன் படிக்க ஆரம்பித்தேன். மற்றொரு முறை நான் முதல் மதிப்பெண் எடுத்திருந்தேன். எனினும் நானோ திவியாவோ ஒருபோதும் சண்டையிட்டு கொண்டதில்லை. ஆனால் இருவருக்குமே அவ்வெறி அதிகம். ஒருநாள் நான் பள்ளி முடிந்ததும் திவ்யா வீட்டிற்கு செல்கிறேன் என்று என் அம்மாவிடம் சொல்லி விட்டு சென்றேன். அங்கு திவ்யா மட்டும் இருந்தாள். அண்ணன்

விளையாட சென்றதாகவும் அம்மா மில்லுக்கு மாவு அரைக்க போயிருப்பதாகவும் கூறினாள்.

அன்று அவள் பொழுது 6 மணியளவில் சாப்பிட துவங்கிவிட்டாள் ஏன் இவ்வளவு சீக்கிரத்தில் உணவு சாப்பிடுகிறாய் என்று கேட்டேன். அதற்கு அவள் தனக்கு பசிப்பதாகவும் அதோடல்லாமல் தன் அண்ணன் வந்தால் இது கூட மிஞ்சாதென்றும் கூறினாள். அதோடு அவள் பழைய கஞ்சியை ரசம் இட்டு சாப்பிட்டு கொண்டிருந்தாள்.

நான் இதுநாள் வரையில் பழைய சாப்பாடோ கஞ்சியோ பார்த்ததே இல்லை. எவ்வளவு தான் கஷ்டம் வந்தாலும் என் அம்மா என்னை இளவரசி போல் தான் வளர்த்து வந்தால். நான் மிகவும் சௌகரியமான உணவும், நல்ல உடையும் உடுதியும் வந்தேன். எனினும் என் ஒரே மனக்குறை என் அப்பாவிடம் நல்ல பெயர் எடுக்க வேண்டும் என்பதும், பையனாக இருந்து அவன் கூட செய்யமுடியாத பலவற்றை தான் செய்யவேண்டும் என்றும் சங்கல்பம் மேற்கொண்டிருந்தேன். நான் திவ்யாவை நினைத்து மிகவும் வருத்தத்துடன் என் வீட்டிற்கு திரும்பினேன்.

வீட்டிற்கு சென்றவுடன் நடந்தவற்றை என் அம்மாவிடம் சொல்லி அவளிடம் கேட்டேன். ஏன் அம்மா எனக்கு பழைய உணவு ஊட்டாமல் வளர்த்து வந்தாய் என்று. அதற்கு அம்மாவோ; எனக்கு நீ ஒரே பிள்ளை உன்னை அப்படி வளர்க்க என்மனம் இடங்கொடாது என்றாள். எனவே நான் அப்பொழுது மீண்டும் மனதில் நினைத்து

கொண்டேன் என் அம்மாவையும் அப்பாவையும் எந்நிலையிலும் எப்படியேனும் நல்ல படி கடைசிவரை நான் பார்த்துக்கொள்ளவெண்டுமென்று.

இப்படியே என் வாழ்க்கை பணம் இல்லயே தவிர பாசம் குறையாமல் பார்த்து கொள்ளும் அம்மாவின் அரவணைப்பில் நான் மகிழ்ச்சியாக படித்து வந்தேன். திடீரென ஒருநாள் என் அப்பா இவ்வூரில் இனி நாம் இருக்க போவதில்லை என்றும் தன் நண்பர் சென்னையில் நல்ல வேலை இருப்பதாகவும் கூறியது பற்றி சொல்லி தாம் இப்பொழுதே கிளம்ப வேண்டும் எனும் குண்டை தூக்கி போட்டார்.

இடம் பெயரல்

எனக்கு மிகவும் அதிர்ச்சியாக இருந்தது. புதிதாக உள்ள ஊரில் பள்ளி எப்படி இருக்குமோ, தனக்கு நண்பர்கள் திவ்யா போல் கிடைப்பார்களா என்றும் மனம் குழம்பியது. இச்செய்தியை முதலில் திவியாவிடம் தெரிவிக்க வேண்டும் என்று அம்மாவிடம் சொல்லிக்கொண்டு ஓட்டமாய் ஓடினேன். அவள் வீட்டில் அவள் அம்மாவும் இருந்தார்.

நான் இச்செய்தியை சொல்லியதும் அவள் அம்மா நல்லது தான் போய்வா ஒன்றும் ஆகாது. கொஞ்சநாளில் நாங்கள் திரும்பி வந்துவிடுவோம் என்னும் நல்ல செய்தியை கூறினார். ஆனாலும் இப்போது பிரியவேண்டும் என்று நானும் திவ்யாவும் சிறிது பயந்தும் அழுதும் எங்கள் வருத்தத்தை பகிர்ந்துகொண்டோம். பின்னர் விடைகூறிய படி நாங்கள் சென்னையை அடைந்தோம்.

அங்கு எவரையும் எங்களுக்கு தெரியாது அப்பாவிற்கு மட்டுமே அவர் நண்பர். நானும் அம்மாவும் மிகவும் வருந்தினோம். என்னை ஒரு அரசு பள்ளியில் சேர்த்தனர். அங்கு எனக்கு நண்பர்களும் அமையவில்லை எனக்கு அழுகையாகவும் வந்தது. எனக்கு படிப்பின் மேலும் என் அப்பாவின் மேலும் வெறுப்பு வந்தது.

பெரும்பாலான தினங்களில் நான் பள்ளிக்கு விடுப்பு எடுத்தே காலம் கழித்தேன். பரிட்சையில் நாட்டம் இல்லை. திவ்யா போல் யாரும் இல்லை. அப்போது நான் நான்காம் வகுப்பில் சேர்ந்தேன். என் அம்மா எனக்கு ஆறுதல் கூறி என்னை பள்ளிக்கு அனுப்புவாள். நான் மதியம் சாப்பிடுவதற்கு வீட்டிற்கு வந்து அப்படியே மட்டம் அடித்து விடுவேன்.

தனிமை

எனக்கு அந்த பள்ளியும் பிடிக்கவில்லை அங்கு எனக்கு தோழிகளும் இல்லை. ஒருநாள் என் அம்மா தான் எங்கள் ஊருக்கு சென்று மறுதினம் வருவதாக கூறினார் எனக்கும் போக வேண்டுமென்று மிகவும் ஆசையாக இருந்தது. அதுவரை நான் பள்ளிக்கு விடுப்பு எடுத்ததே இல்லை என்றும் இவ்வூரில் தான் அதிக விடுப்பு எடுப்பதாக கூறி என் அம்மா என்னை அப்பாவிடம் விட்டு சென்று விட்டாள்.

எனக்கு அவர் மீது வெறுப்பு அதிகமாகவும் பள்ளியின் மீது நாட்டமும் குறைந்தது. எனக்கு ரொம்ப அழுகையாக வந்தது. அதோடல்லாமல் நான் மிகவும் அடம் பிடித்தேன் ஆனால் அப்போது எனக்கு தெரியவில்லை ஊருக்கு சென்று வந்தால் கையில் பணம் இருக்காது என்று. அதனால் தான் என் அம்மா நான் அவ்வளவு அழுதும் என்னை விட்டு சென்றுவிட்டாள். அப்போது எனக்கு என்னசெய்வதென்று கூட தெரியவில்லை. ரொம்ப கவலையும் அழுகையுமாய் இருந்தது.

அப்பா இரவில் வருவார் சாப்பிட வாங்கி கொடுத்து விட்டு வேலைக்கு சென்று விடுவார். வீட்டில் இருந்தாலும் என்னோடு அவர் பேச மாட்டார். ஆனாலும் தனிமை என்னை மிகவும் ஆட்கொண்டது. என் அம்மா திரும்பி வருகையில் எனக்கு பிடித்த எவ்வளவோ வாங்கி வந்தாள் ஆனால் நான் கேட்டது அவளுக்கே கண்ணீர் ததும்ப செய்தது. அம்மா திவ்யாவை கூட்டிகிட்டு

வந்தியா என்றேன். ஏனெனில் அவள் என்னிடம் சொல்லிசென்ற சமாதான கூற்று அதுவே, தான் திரும்பி வருகையில் தான் திவ்யாவை அழைத்து வருவதாக கூறினாள். பிறகு நான் மீண்டும் பள்ளிக்கு செல்லவேண்டிய கதி ஏற்பட்டது. எனக்கு பிடிக்காத ஒன்றும் அன்றுவரை என் அம்மா செய்ததே இல்லை. ஆனால் இப்பொழுதெல்லாம் தனக்கு பிடிக்காத படியே நடந்துகொண்டதால் எனக்கு தனிமையே இனி என்று தோன்றியது.

உடைந்தமுட்டை

அப்பொழுது ஒருநாள் எனக்கு உண்மையிலேயே வயிறு வலித்தது போல இருந்தது, ஆனால் என் அம்மாவோ நான் அதையே எப்போதும் சொல்வதால் நம்பவே இல்லை ஆனாலும் விடுமுறைக்கு அனுமதி அளிக்கப்பட்டிருந்தது. ஆனால் என் மேல் கோபாமாகவே இருந்தாள். அப்போது என் அம்மா எதிர் வீட்டு கார அத்தையிடம் உரையாடிக்கொண்டிருந்தாள்.

நான் எப்போதும் போலவே விளையாட அங்கே அம்மா முட்டை வைத்திருந்தாள். அது எப்படியோ விழுந்து உடைந்து விட்டது. என் அம்மாவிற்கு முட்டை உடைந்தால் பிடிக்காது அதன் நாற்றம் எவ்வளவு தான் சுத்தம் செய்தாலும் இருந்து கொண்டேதானிருக்கும். எனக்கோ அய்யோ செத்தோம் இன்னைக்கு அம்மா என்ன செய்யபோகிறாளோ என்று எனக்கு ஒன்றும் தோன்றாமல் நான் அம்மாவிடம் சொல்லிக்கொள்ளாமல் வீட்டை விட்டு சிறிது தூரம் சென்று விட்டேன் ஆனால் எனக்கோ புது இடம் என்று கூட அறியாமல் நான் நேரே நடந்து சென்று கொண்டே இருந்து விட்டேன்.

திரும்பி வரும் வழியும் தெரியவில்லை. ஒரு பொம்மைக்கடையில் உட்கார்ந்து விட்டேன்.

அப்போது அங்கு யாரும் என்னை கண்டு கொள்ளவில்லை. நேரம் ஆக ஆக எனக்கு பயம் பயமாக வந்தது. வந்த திசையும் தெரியவில்லை அய்யோ அம்மாவிடம் சொல்லாமலல்லவா வந்தோம்? எங்கே தேடிக்கொண்டிருக்கிராளோ, அய்யோ அப்பாவிற்கு தெரிந்தால் என்ன செய்வாரோ என்றெல்லாம் மனம் பயதிற்குள்ளாகியது.

நேரம் ஆக ஆக பசி வேறு ஒருபக்கம் பிராணனை வாங்கியது. அப்போது மாலைநேரம் சூரியன் மறைவிற்காக சாலையோர வியாபாரிகள் காத்து கொண்டிருந்தனர்.அங்கே ஒரு அரசுப்பள்ளி இருந்தது, பள்ளி விட்டு மாணவர்கள் வீடு திரும்புவது போன்ற காட்சி தோன்றியது. எனக்கு அந்த பள்ளியை பார்த்ததும் எங்கிருந்துதான் வந்ததோ தெரியவில்லை அவ்வளவு மகிழ்ச்சி, அம்மாவை பார்த்ததும் தான் இப்பள்ளியில் சேர விரும்புவதாக சொல்ல வேண்டும் என்று தோன்றியது.

அதற்கு முன்பு அம்மாவை எங்கே எப்படி பார்க்கிறது. வழியும் தெரியவில்லை என்று நேரம் ஆக ஆக மனம் பதறியது. அப்படியே ஆனால் நான் ஒருஇடத்தில் வந்து உட்கார்ந்தேன் அது ஒரு டிபார்ட்மெண்டல் ஸ்டோர் அங்கே அதிகமுறை நான் அப்பாவோடும் அம்மாவோடும் சென்றுள்ளேன் ஆனாலும் அங்கிருந்து எனக்கு வழி அவ்வளவு சரியாக தெரிந்திருக்கவில்லை.

அப்பா எப்போதும் குறைந்த தூர வழியை பயன்படுத்தி வந்ததால் எனக்கு என் வீட்டின் வழி தெரியவில்லை அதோடு அம்மாவோடு வரும்போது நான் வேடிக்கை பார்த்துகொண்டு வருவதால் அதிலும் எனக்கு ஞாபகம் இல்லை. இப்படியே யாரேனும் கேட்டால் சொல்லிவிடுவோம் என்று எண்ணியபடி வாசலில் உட்கார்ந்திருந்தேன்.

அப்போது அந்த டிபார்ட்மெண்டில் வெளியில் அழகுக்காக வைக்கப்பட்டிருந்த வெற்றிகோப்பைகளைக் கண்டு என் உள்ளம் நானும் இதை போல் கோப்பைகளை வாங்கி சாதிக்க வேண்டும் என் அம்மா அப்பாவை பெருமை சேர்க்க வேண்டும் என்றும் தீர்மானித்தேன். ஆனால் இங்கிருந்து நான் முதலில் வீடு திரும்ப வேண்டுமே என்று மனம் பதறியது. அய்யோ அம்மாவிடம் நாலு அடிகூட வாங்கியிருக்கலாம். இப்படி வந்து தெரியாத இடத்தில் மாட்டிக்கிட்டோமே என்று அழுகையே வந்து விட்டது அப்போது எனக்கு இன்னொரு பயமும் வந்தது அய்யோ பிள்ளை பிடிப்பவன் பிடித்து கொண்டு போனால் என் கண் எல்லாம் பிடிங்கி என்னை பிச்சை எடுக்க விடுவான் என்று அம்மா அப்பப்போ சொல்லியது ஞாபகம் வந்தது.

எனக்கு என்னவெல்லாமோ எண்ணங்கள் வந்தன, நான் அம்மாவிடம் சொல்லாமல் வந்ததற்காக மிகவும் வருந்தினேன். இப்பொழுது மட்டும் என் அம்மாவை பார்த்தால் எப்படி இருக்கும் என்று

எண்ணியபடி அந்த ஸ்டோரையே சுற்றி சுற்றி வந்தேன். உடனே நீண்ட தூரத்தில் யாரோ என் அம்மாவின் சேலைப்போல் கட்டி வருவதை ஆவலுடன் பார்த்து கொண்டிருந்தேன்.

அய்யோ வருவது என் அம்மாவாக இருக்க கூடாதா என்றும், மறுபுறம் என் அம்மாவானால் என்னை பார்த்தவுடன் எப்படி அடிப்பாளோ என்றெல்லாம் என் மனம் கவலைக்குல்லானது.

நான் நினைத்தவாறு அவர் என் அம்மா இல்லை அம்மாபோல் சேலை அணிந்து கொண்டிருந்தவர் வேறு யாரோ என்று. பசி வேறு ஒருபக்கம் என்னை மயக்கமே செய்துவிடும் போலிருந்தது.

அப்போது நான் சிறிதும் எதிர் பார்க்காதவாறு என் அப்பா என்னை பின்னாலிருந்து கட்டி தழுவி கொண்டு கண்ணில் நீர் பொங்க என்னை அள்ளி அனைத்துகொண்டார்.

எனக்கு ஒன்றுமே விளங்கவில்லை என்னை அடிக்கவும் இல்லை திட்டவும் இல்லையே ஏன்? ஆனாலும் மனதிற்குள் எதிர்பாராத அன்பு என்னை கொஞ்சம் மகிழ்ச்சியடைய செய்தது.

பிறகு என் அப்பா என்னிடம் ஏன் சொல்லாமல் எங்கு சென்றாய் இல்லை யாரேனும் அழைத்து வந்தார்களா என்று என்னை கட்டி அனைத்துகொண்டும் இனிமேல் எங்கும் சொல்லாமல் செல்லக்கூடாது என்றும் கூறி என்னை வீட்டிற்கு அழைத்து சென்றார்.

என் அம்மா என்னை தேடி காணவில்லை என்பதால் மிகவும் வருத்தத்துடனும் அழுகையுடனும் புலம்பிக்கொண்டிருந்தாள். என்னை அப்பா அழைத்து சென்றதும் என் அம்மா என்னை நாலு அடி வைத்து விட்டு எங்கடி போன? எங்கள் உயிரே போய்விடும் போலிருந்தது என்று சொல்லி கண்ணீர்மல்க உச்சிமுகர்ந்தாள்.

புதியப்பள்ளி

இதெல்லாம் நடந்த அந்த இரவு என்மனம் பார்த்த அந்த பள்ளிக்கூடம் பற்றியே நினைவு கொண்டிருந்தது. எழுந்தவுடன் தன் அம்மாவிடம் இந்த பள்ளியில் தான் சேரவிருப்பதாக தெரிவிக்க வேண்டும் என்றும் நினைத்து அன்று இரவு கழிந்தது. பொழுது விடிந்ததும் என் அப்பாவும் வழக்கம்போல வேலைக்கு கிளம்பிவிட்டார்.

நான் என் அம்மாவிடம் ; அம்மா நேற்று அப்பா எனக்கு முத்தம் கொடுத்தார் என்னை தூக்கி வைத்து கொண்டார் என்றும் மகிழ்ச்சியுடன் கூறி அப்பாவிற்கும் என் மேல நிறைய பாசம் இருக்கிறது என்று சொல்லவே , என்னம்மாவும் அதென்னவோ உண்மை தான் என்று சொல்லி எனக்கு பிடித்த பூரி சுட்டு கொடுத்து சாப்பிட வைத்தாள். சாப்பிட்டுமுடித்தவுடன் என் அம்மா ; உனக்கு ஏன் பள்ளி என்றால் இப்போது இவ்வளவு பிடிக்காமற்போனது என்றும், முன் பள்ளியில் நன்றாகத்தானே படித்து வந்தாய் என்றும் கேட்டாள்.

நானே என் அம்மாவிடம் சொல்லவேண்டுமென்றே இருந்தேன். அவளே என்னிடம் கேட்டதும், அம்மா; எனக்கு அந்த பள்ளியில் எவரும் நண்பர்கள் இல்லை எனவும் அப்பள்ளி எனக்கு பிடிக்கவில்லை என்றும் , தான் நேற்று ஒருபள்ளியை பார்த்ததையும் சொன்னேன்.

என் அம்மா அப்படியெல்லாம் பள்ளியை மாற்ற இயலாது அதோடல்லாமல், நான் ஒரு வருடம் கூட அப்பள்ளியில் நிறைவடையயவில்லை என்றும் மாற்றுவது கடினம், வேண்டுமானால் அடுத்த வருடம் தான் மாற்றி சேர்ப்பதாக கூறினாள்.

எனக்கு கொஞ்சம் கூட இஷ்டம் இல்லாத அப்பள்ளியில் இன்னும் ஒருவருடம் கழிக்க வேண்டுமா என்று திகைப்பாகவும் , பயமாகவும் இருந்தது.

அம்மா சொல்லியபடி பிடிக்காத பள்ளியில் ஒருவருடம் எப்படியோ கடந்தாகிவிட்டது. ஒரு வருடமும் முடிந்தது. என் அம்மாவும் அப்பாவும் என்னை புதுபள்ளியில் சேர்த்தார்கள். அங்கே நான் முதல் நாளிலேயே மிகவும் சந்தோஷமாக சென்றேன்.

என் அம்மாவும் அப்பாவும் சேர்த்துவிட்டு வீடு திரும்பினர். ஆனால் அங்கு நான் முன்பு படித்த பள்ளியை போல மதிய உணவிற்கு வீட்டிற்கு செல்ல அனுமதி தரப்படவில்லை. நான் சேர்ந்ததே 12 மணியளவில் என்பதால் அப்போது தான் நான் சாப்பிட்டு வந்தேன். நான் என் அம்மா அப்பாவிடம் எனக்கு பசி இல்லை என்பதை தெரிவித்துவிட்டேன் இருந்தும் என் அம்மா எடுத்து வருவதாக சொன்னாள் என்னால் சாப்பிட முடியாதம்மா வேண்டாம் என்று கூறிவிட்டேன்.

அவர்களும் மாலை வந்ததும் சாப்பிடு என்று கூறி விடைபெற்றனர். அப்போது என்னை உமா மிஸ் என்ற ஒரு ஆசிரியை வகுப்பில் சேர்த்தனர் நான் ஐந்தாம் வகுப்பில் சேர்ந்தேன்.

அந்த மிஸ் என்னிடம் வாய்ப்பாடு சொல்லும்படி கேட்டார். நான் மிக தைரியத்துடன் சொல்ல ஆரம்பித்து நிறுத்தவே இல்லாததால் அந்த மிசிற்கு என்னை மிகவும் பிடித்தது போல் தோன்றியது. என்னை வெரிகுட் என்று சொல்லி இருக்கைக்கு செல்லும்படி அனுப்பினார்.

அப்போது எனக்கு எங்கே உட்காருவது என்று தெரியாமல் முதல் பெஞ்சில் அமர்ந்தேன். அப்போது என் பக்கத்தில் ஒரு அழகான குழந்தை வடிவில் அன்று வரை அப்படி ஒரு அழகான ஒரு பிள்ளையை நான் பார்த்தே இல்லை. உடனே அந்த மிஸ் அவளை அழைத்து போர்டில் இருக்கும் தேதி மாற்றப்படவில்லை என்றும் பெஞ்சில் ஏறி அதை மாற்றச்செய்தார்.

அவள் ஏறிய அந்த கணம் அழகே உருவாய் எனக்கு அவள் தோன்றினாள். என்னை மிகவும் கவர்ந்தது விட்டாள் அச்சிறுமி. அவ்வளவு அழகாக இருப்பதால் தானோ என்னவோ அவள் அம்மா அவளுக்கு கன்னத்தில் அவ்வளவு அழகாக கருப்பு திருஷ்டி பொட்டு வைத்து அனுப்பியிருந்தார்.

அவள் கார்குழலோ கருவண்ணதில் அன்று அவள் தலைவேறு குளித்து முல்லைச்சரம் தொடுத்து வந்திருந்தாள். அன்று வரை எனக்கு

எவரைக்கண்டும் இவ்வாறு தோன்றியதில்லை. நான் அவள் தேதி மாற்றிய பின் உன் பெயர் என்ன என்று கேட்டேன் அவளும் என் பெயரை தெரிந்துகொண்டாள். அவ்வளவு அழகு!!!!! அவள் ஒரு முஸ்லிம் பெண் என்பதால் அவளுக்கு சுஜி என்று அவள் பெற்றோர் பெயர் வைத்திருந்தனர். 1 மணி அடித்ததும் மற்ற மாணவர்கள் சாப்பிட துவங்கினர்.

எனக்கோ அக்கணம் வரை பசி இல்லை எல்லோர் வீட்டு சாப்பாட்டு மனமும் என்னை இழுத்தது. அன்று முதல் தினம் என்பதால் என்னிடம் யாரும் பேசவில்லை நானும் யாரிடமும் பேசவில்லை. அப்போது தனியே வெளியில் வந்து அமர்ந்துவிட்டேன். எங்கே எனக்கு இன்னும் பசி எடுத்து விடுமோ என்ற பயத்தில் வந்துவிட்டேன்.

அப்போது என்னை மனம் கவர்ந்த அந்த அழகி வெளியில் அவள் நண்பிகளோடு சாப்பிட்டு கொண்டு இருந்தாள். என்னிடம் நீ ஏன் சாப்பிடவில்லை என்று கேட்டாள். நான் தாமதமாகவே வந்ததால் பசி இல்லை என்று சொல்லிவிட்டேன். அதோடு அம்மா சாப்பாடு கொண்டு வருவதாகவும் கூறினாள் நான் வேண்டாம் என்று மறுத்து வீட்டில் வந்து மாலை சாப்பிடுவதாக சொல்லிவிட்டேன்.

உடனே அவள் எழுந்து வந்து என் பக்கத்தில் நின்று என்னவோ என் மனதை துளைத்து பார்த்தபடி அதெல்லாம் எப்படி பசிக்காமல் இருக்கும் என்னோடு வந்து சாப்பிடு என்றும், தான்

எப்போதும் அதிகமாகவே உணவு எடுத்து வருவதாகவும் சொன்னாள். நான் சிறிது திகைத்து விட்டு, எப்படி இவள் கண்டு பிடித்தாள் என்றும் யோசித்து பின் அவள் கொடுத்த ஒரு தோசையை நான் பியத்து அதில் அவள் தொட்டுக்கொள்ள இட்லிப்பொடியும் கொடுத்தாள்.

உண்மையில் எனக்கு தோசையும் இட்லிபொடியும் என்றால் உயிர். அவளுக்கும் கடவுளுக்கும் நன்றி கூறியவாறு சாப்பிட்டு எழுந்தேன். பின் வகுப்புகள் துவங்கின, அப்போது மிஸ் எதற்கெடுத்தாலும் சுஜியின் பெயரையே கூப்பிட்டு அதை செய் இதை வாங்கிவா என்றெல்லாம் சொன்னர்.

நான் சுஜியிடம் ஏன் அனைத்திற்கும் நீ செல்கிறாய் என்று கேட்டேன். அவள் நான், தான் இந்த கிளாஸின் லீடர் எனவும் அதனால் தான் மிஸ் அவளை கூப்பிடுவதாகவும் சொன்னாள். உடனே நான் அவளை அக்கணம் முதல் தனக்கு திவ்யா போன்ற இன்னொரு தோழி கிடைத்ததாக மகிழ்ச்சியுடன் இருந்தேன்.

இப்படியே முதல் நாள் பள்ளி மிகவும் உற்சாகமாக சென்றது. மாலை பள்ளி முடியும் நேரமும் வந்தது. அப்போது எல்லா மாணவர்களும் மெல்ல மெல்ல வீடு செல்ல துவங்கினர். அப்போது சுஜி என்னிடம் வந்து நீ எப்போது செல்கிறாய். உனக்கு வழி தெரியுமல்லவா என்று கேட்டாள். நான் அவளிடம் என்னை என் அம்மா வந்து அழைத்து போவார்கள் என்றும் நீ எப்படி போவாய் என்றும் வினவினேன். அவள் தான் இப்பள்ளியில் நீண்ட காலமாக

படிப்பதால் தானே வீடு சென்றுவிடுவாள் என்றும் அதோடல்லாமல் தன் வீடும் மிக அருகிலேயே இருப்பதாக கூறினாள். கூடவே இன்று என் வீட்டிற்கு நீ வர வேண்டும் என்றும் வற்புறுத்தினாள்.

நானோ என் அம்மா தேடுவாள் என்றும் சொல்லாமல் சென்றால் திட்டுவார்கள் என்றும் கூறினேன். அவளும் சரி இன்னொரு நாள் சொல்லிவிட்டு வா நானே உன்னை அழைத்து போகிறேன் என்றாள். என் அம்மா வரும்வரையில் அவள் வீடு கூட திரும்பாமல் என்னோடு காத்திருந்து அம்மா வந்தது அவளிடம் சில நிமிடம் பேசிவிட்டு அவள் வீடு வழியில் நடக்கலானாள். நானும் அன்று மிகவும் மகிழ்ச்சியாக வீடு திரும்பினேன்.

அபூர்வ தோழி

என் அம்மா புதிய பள்ளியை பற்றி விசாரித்தார் . பிடித்திருக்கிறதா இனி நன்றாக படிக்க வேண்டும் என்றும் என் விருப்பம் எதுவோ அதையே அவள் விரும்புவதாகவும் கூறினாள். நானும் இனி நான் நன்றாக படிப்பேன் அம்மா பயப்படாதே எனக்கு அங்கு திவ்யாவை போல் ஒரு நல்ல தோழி கிடைத்திருக்கிறாள் என்றும் தெரிவித்தேன்.

என் அம்மா உடனே, யார் அவள் நாம வரப்போ உன்கூட நின்னுட்டு இருந்தாளே அவளா என்று கண்டுபிடித்து விட்டாள். நானும் ஆமாம் அம்மா அவளேதான், என்னை மிகவும் அன்பாக பார்த்துக்கொண்டாள்.

அதோடல்லாமல் எனக்கு மதிய உணவும் கொடுத்தாள் என்றும் கூறினேன். என் அம்மாவும் இந்த சிறிய வயதில் அவளுக்கு எவ்வளவு பக்குவம் என்றும் பாராட்டினாள். பிறகு பொழுது சாய்ந்து இராவானது. எனக்கு அன்று தூக்கமே வரவில்லை. ஏதோ காதலன் காதலியை முதலில் சந்தித்த பின் தூங்காமல் கிடப்பதை போல அவளை பற்றிய சிந்தனையில் நெகிழ்ந்து போனேன்.

அவள் தனக்கு மட்டும் தோழியாக கிடைக்கவேண்டும் என்றும் சிறிது அற்பமாக சிந்தித்தேன். அவள் முகம் என் கண் முன்னே

விட்டு சிறிதும் மறையவில்லை. அவள் பெற்றோர் அவளை எவ்விதம் இவ்வளவு பக்குவமாய் எல்லோரிடமும் மரியாதையுடனும் பாசத்துடனும் வளர்த்துள்ளனர் என்று பூரிப்படைந்தேன். ஆனாலும் அவள் முன் தன் செயல் எண்ணி வெட்கமுற்றேன், ஏனென்றால் அவள் தன்னை அவளது வீட்டிற்கு அழைத்தாள். ஆனால் நானோ கடமைக்கு கூட அவளை அழைக்கவில்லை என்று ஏன் அவ்வாறு செய்தேன் என்று யோசித்தேன்.

எனில் அவள் முன் என்னால் வாய்திறக்கமுடியாதிருப்பது கண்டு திகைத்தேன். இதை நாளை சோதிக்க வேண்டும் என்று எண்ணிக்கொண்டு உறங்கிவிட்டேன்.

கரப்பானின் அதிஷ்டம்

மறுநாள் நான் காலையில் பள்ளிக்குச் சென்றதும் முன்தினம் போலவே நான் அதே பெஞ்சில் சென்று உட்கார்ந்தேன். சுஜியும் என் பக்கமே வந்து அமர்ந்தாள். அன்று உமா மிஸ் அவளிடம் ஒரு மரபெட்டியை காட்டி இதை முடிந்தால் சுத்தம் செய்யுங்கள் அதில் நிறைய சார்ட் இருக்கிறது நாம் அதை பயன்படுத்தி கொள்ளுதவும் என்று கூறி விட்டு சென்றுவிட்டார்.

அன்று விளையாட்டு பீரியட் விட்டபடியால் மற்ற மாணவர்கள் விளையாட சென்று விட்டனர். அப்போது சுஜி: நான் மரபெட்டியை சுத்தம் செய்யவிருக்கிறேன் யாரேனும் உதவ முன்வந்தால் நல்லது என்றாள். நான் ஏதும் பேசாமல் உட்கார்ந்திருந்தேன். அவளது நண்பர்களான ஹேமா, ஹரி, விக்கி என்ற மூன்று பேரும் அவளுக்கு உதவ முன்வந்தனர்.

அப்போது எனக்கு நானும் வருகிறேன் என்று சொல்லலாமா வேண்டாமா என தோன்றியது. அவர்கள் வேலையை துவங்கிவிட்டனர், அப்போது அவர்கள் சுலபமான முறையை விட்டு மிக நேரம் எடுக்கும் முறையைப் பின்பற்றினர் என்பது தோன்றியது. அதாவது; பெட்டியை

முற்றிலும் கவுத்தினால் எது வேண்டுமோ வைத்து கொண்டு எது வேண்டாமோ அதை சென்று கொட்டிவிடலாம் அல்லவா அதை விட்டு அவர்கள் ஒவ்வொன்றாக எடுத்தனர். நான் அதை பார்த்த வண்ணம் என் மன மொழிகளை வெளியில் சொல்லிவிட்டேன் போலும்.

அவள் உடனே இவள் சொல்வதும் நல்ல யோசனை என்றும் என்னை பாராட்டினாள். எனக்கு அன்று என்னவோ என் அப்பாவிடம் நான் பாராட்டு வாங்கியதை போல் ஒரு பூரிப்பு. பிறகு சுஜி என்னிடம் நீயும் வந்து உதவுவது தானே என்றாள், கூறியது தான் தாமதம் அடுத்த வினாடி நானே அந்த பெட்டியை புரட்டிப் போட்டு விட்டேன்.

அப்போது ஒரு கரப்பான்பூச்சி என் மேல் வந்து ஊர்ந்தது. அய்யோ எனக்கோ பூச்சிகள் என்றால் பயம் , உடனே ஆ, ஓ என்று ஆர்பாட்டம் செய்ய துவங்கிவிட்டேன். உமா மிஸ் உடனே அங்கே வந்து என்ன ஆயிற்று என்று கேட்டபோது அனைவரும் ஒன்றுசேர்ந்து இவள் பூச்சிக்கு பயந்து கத்திவிட்டாள் மிஸ் என்றனர்.

உடனே என் மிஸ் கரப்பான்பூச்சி மேலே ஏறினால் உன் வீட்டில் செல்வம் தழைக்கும் என்று ஒரு புனை சுருட்டை அவிழ்த்து விட்டு சென்று விட்டார். உடனே அனைவரும் அப்படி கிடைத்தால் எங்களுக்கும் தருவாயல்லவா என்று கூறி நானும் கண்டிப்பாக தருகிறேன் என்றதும் அன்று அவ்வளவு சிரிப்பு சிரித்தோம். ஆம் எனக்கு

சுஜியுடன் சேர்த்து ஹரி, விக்கி, ஹேமா என்று நான்கு நண்பர்கள் கிடைத்தார்கள்.

அப்பாவின் விபத்து

ஆனால் என் உமா மிஸ் என்னிடம் அன்பாகவே இருந்தார். நான் மிகவும் பிடிவாதக்காரியாதலால் ஒருதினம் என் மிஸ் என்னை எதையோ செய்யச்சொல்லி நான் மறுத்துவிட்டேன். என்னிடம் உடனே அவர் கோபங்கொண்டு பேசுவதே இல்லை. அதன்பின் எனது காரணத்தை நான் சொன்னதால் மிஸ் சரி விடு என்று பழைய படி நன்றாக பேச ஆரம்பித்தார்.

ஒருநாள் அறிவியலில் ஒரு திராசு போன்ற இலுப்பை இயற்பியல் முறைக்கொண்டு செய்து வர சொன்னார். அதை நான் செய்து கொண்டு வந்தேன். ஆனால் அவர் என்னிடம் நன்றாக பேசுவதால் என் நண்பன் ஹரி செய்து வராததால் அவனிடம் கொடுத்து விட்டு நான் திட்டுக்களை வாங்கி கொண்டேன். ஏனெனில் ஹரியை உமா மிஸ்ஸிற்கு அவ்வளவாக பிடிக்காது அவன் நன்றாக தான் படித்தான் ஆனால் சேட்டைகளில் அவனை மிஞ்ச ஆட்களே இல்லை.

இப்படியே சென்ற பள்ளி பருவத்தில் திடீரென்று ஒருநாள் எல்லோரையும் அவர் அவர் பெற்றோர்களை அழைத்துவர சொல்லி இருந்தனர். எனக்கோ ரொம்ப பயமாக இருந்தது என்னவெல்லாம் சொல்ல போகிறார்களோ அது வேறு ஒருபக்கம் நம் மிஸ்ஸிற்கோ என்னை அவ்வளவாக பிடிக்கவில்லை. ஏற்கனவே என் அப்பாவிற்கு என்னை பிடிக்கவில்லை என்றும்

இப்போது அவரை அழைத்து வந்து மிஸ்ஸும் ஏதாவது சொன்னால் அப்பா என்னை என்ன செய்வார் என்று நினைக்கையில் குழையே நடுங்கியது. எனினும் அன்றைக்கு நான் பள்ளிக்கு மட்டம் போட்டு விட்டேன்.

என் மிஸ்சோ என்னை விட புத்திசாலி என்பது அறிந்தும் அவ்வாறு செய்தேன். மறுநாள் பள்ளிக்கு வருகையில் என் மிஸ் ஏன் நேற்று வரவில்லை என்றும் பெற்றோரை அழைத்து வர சொன்னோம்மல்லவா என்றும் என்னிடம் கடுமையாக கூறினார். நானோ அழுதே விட்டேன் பிறகு ஒரு குண்டை தூக்கி போட்டார்.

நேற்று விடுப்பு எடுத்ததால் நாளை உன் அப்பாவை அழைத்து வர வேண்டும் என்று சொல்லிவிட்டார். பிறகு என்ன செய்ய முடியும் மீண்டும் மட்டம் போடுவது இயலாது என தெரிந்தது. நேற்று வந்திருந்தால் கூட கூட்டத்தோடு கூட்டமாக முடிந்திருக்கும். ஆனால் நாளையோ செத்தோம் என்று பதறினேன். நானும் மறுநாள் பள்ளிக்கு வந்து விட்டேன். மிஸ் எங்கே உன் அப்பா என்றார்,

நானோ மிஸ் மதிய வேளையில் வருவதாக சொன்னார் என்று சொல்லிவிட்டு அன்று வாயயே திறக்காமல் உட்கார்ந்திருந்தேன். என் அப்பா வரும் நேரம் நெருங்க நெருங்க எனக்கு ஜுரமே வந்து விடும் போலிருந்தது. என் அப்பாவும் வந்து சேர்ந்தார் என்னை மொரைத்த படி என் மிஸ்ஸிடம் வந்து எக்ஸ்க்யூஸ்மி என்றும், தான் சிந்துவின் அப்பா என்றும் கூறினார். உடனே மிஸ் என்னை

பார்த்து சிந்து எழுந்து வா என்றார். நானும் என் அப்பாவும் மிஸ்சும் தலைமையாசிரியர் அறைக்குள் சென்று அவரிடம் என்னை பற்றி அப்பா விசாரித்ததில் எனக்கு நல்ல வேளையே இருந்தது போலும்.

ஏதும் என்னை குறை எவரும் கூறவில்லை. எனினும் என் மிஸ் எங்கு அந்த புராஜக்ட்டை நான் செய்யவில்லை என்று சொல்லி விடுவாரோ என்று நினைத்தது தான் தாமதம் வெளியில் வந்ததும் அனைத்தும் உடைபட்டது. என் அப்பாவோ என்னை மொரைத்தவாரே நின்றார். அந்த கோபத்திற்கு காரணம் இருந்தது,

நான் அவ்வளவு நேரம் அதை செய்தேன் அதோடல்லாமல் அதற்கு என் அம்மாவும் உதவினார் என்பது குறிப்பிடத்தக்கது. என் அப்பா இல்லையே அவள் முடித்து விட்டு தானே வந்தாள் என்றார். உமா மிஸ்சும் ஏதோ இந்த செய்தி முன்னமே தெரிந்தது போன்று உங்கள் மகள் செய்த காரியம் அப்படி என்றதும் எனக்கு தூக்கி வாரி போட்டது. மிஸ் உடனே சிரித்து கொண்டே நிஜமாக சொல்கிறேன் உங்கள் பிள்ளை தங்கம் சார்.

இவளை எனக்கு தத்து கொடுத்து விடுங்கள் நானே பார்த்து கொள்கிறேன் என்றார். எனக்கு ஒன்றுமே புரியவில்லை ஆச்சர்யத்தில் மூழ்கியவளாய் நின்றேன். அப்போதும் என் அப்பாவிற்கு சிறிதும் மகிழ்ச்சியோ, ஆனந்தமோ இல்லை. ஏதோ நான் செய்யக்கூடாத தப்பை செய்ததை போல என்னை வெறிக்க வெறிக்க பார்த்தார். ஆனால் இப்போது

நினைத்தாலும் இதெல்லாம் கனவா , நிஜமாக என்று விளங்காது ஏனெனில் யாரும் இவ்வாறு தன் ஆசிரியரிடம் நற்பெயர் வாங்கியிருப்பர்களா என்பதில் ஆச்சர்யமே. உமா மிஸ்சிடம் என் அப்பா ; அப்படி என் மகள் என்ன செய்து விட்டாள் என்றார். அதற்கு உமா மிஸ் நீங்க அதிர்ஷ்டம் பணிற்கிங்க அதான் சிந்து உங்களுக்கு மகளாக வந்துருக்கா , அவளோட குணம் யாருகிட்டயுமே இல்ல அவ்வளவு நல்ல பிள்ளை.

அவள் மனதில் ஏதோ குறை இருக்கு அது என்னவோ தெரியல ஆனா புள்ள தங்கம் இவள் எதிர்காலத்துல நல்லா வருவா. அப்படி இப்டினு என்னை பாராட்டி கொண்டிருந்தார்.

ஆனால் எனக்கு ஒன்றுமே புரியல. மிஸ்சிற்கு நம்பல புடிக்காதுல ஆன தன் அப்பாவிடம் இவ்வாறு புகழ்வது ஏனோ என்று நானே நினைத்து கொண்டேன். பிறகு மிஸ் என்னை போய் அமரும் படி சொல்லிவிட்டு அப்பாவையும் இதற்காக தான் உங்களை கூப்பிட்டேன் என்று சொல்லி அவரையும் அனுப்பிவிட்டார்.

நான் வரும் வேளையில் இன்னும் என்னை பார்த்து என்னவெல்லாமோ சொல்லிக்கொண்டிருந்தார் என் காதில் விழவே இல்ல. ஆகமொத்தம் நான் பயந்து நடுங்கியது வீனானதே, ஆனால் அதற்கு மாறாகவே அன்று நடந்தது.

இன்றும் உமா மிஸ்சின் அத்தகைய பேச்சிற்கு எனக்கு விளக்கம் தெரியவில்லை. எதை வைத்து

என்னை பற்றி அப்பாவிடம் அப்படி கூறினார் என்பது. ஆனால் அன்று மிகவும் சந்தோஷமாக வீட்டிற்கு சென்றேன், என் அப்பா சந்தோஷத்தில் என் அம்மாவிடம் சொல்லி இருப்பார் என்று நினைத்து சிரித்துகொண்டே வீட்டிற்கு வந்தேன். ஆனால் நடந்ததோ என் அப்பாவிற்கு அன்று தான் ஆகவேண்டுமா விபத்து?? அய்யோ!!! அதனால் என் அப்பாவிற்கு கடும் காயம் தன் ஒருபக்க காலும், கையும் நல்ல அடி. அன்றே நான் கணித்தேன் எனக்கும் சந்தோஷத்திற்கும் முன்ஜென்ம பகை போலும். அன்றும் ஏமாற்றத்துடனே உறங்கினேன்.

நட்பு

எங்கள் நால்வரின் நட்பு ஏதோ ஒரு புது வித இனம் புரியாத பசுமையான விதத்தில் தோன்றியது. ஆனால் நாங்கள் நான்கு பேரும் போட்டி கொண்டு படிக்கச்செய்தோம் அதை விட ஒரு விளையாட்டு அல்லது ஏதேனும் ஒரு சிறப்பு போட்டி, வந்தால் நாங்கள் எங்கள் தனித்திறமையை மிகவும் சிரத்தையுடன் காட்டினோம். சுஜியிற்கும் ஹேமாவிற்கும் நல்ல கையெழுத்துக்கள்.

அவர்கள் இருவரும் அதில் திறம் பெற்றனர். ஆனால் எனக்கோ கையெழுத்துகள் அவ்வளவாக வருவதில்லை. ஆனால் எனக்கு பேச்சு போட்டிகளில் பங்கேற்க ஆசை. அவரவர் ஒவ்வொரு விதங்களில் திறமை பெற்றவர்களாகவே இருந்தோம்.

எங்கள் உமா மிஸ் எங்களுக்கு யோகா, பக்தி பாடல்கள் எல்லாம் தினமும் மாலையில் பள்ளி விடும் வேளைக்கு அரை மணிநேரம் முன்னராக சொல்லிக்கொடுப்பார். நாங்களும் மகிழ்ச்சியாக செய்து வந்தோம். எங்கள் உமா மிஸ் எங்களுக்கு கிடைத்ததற்கு நாங்கள் தான் புண்ணியம் செய்திருக்க வேண்டும் ஆனால் அப்போது சிறுபிள்ளையதலால் அது தெரியவில்லை

இப்போது நினைத்தாலும் கண்ணில் நீர் தோன்றுகிறது. அவர் எங்களுக்கு மிகவும் நல்ல ஆசிரியராகவும் அனைவரையும் ஒரே

கண்ணோட்டத்துடன் பார்த்துக்கொள்வார். எனவே அவர் வகுப்பில் அனைவரும் நன்றாகவே படித்து வந்தோம். ஃப்ரீ பீரியட்ஸ்களில் எங்களுக்கு செடி வளர்க்கவும் கற்று கொடுத்தார்.

யாருக்கு விருப்பமோ தெரியவில்லை ஆனால் எனக்கோ மிகவும் விருப்பம். நான் நட்ட செடியின் பெயர் சங்குப்பூ செடி. அதோடல்லாமல் அவர் பக்தி மிகுந்தவர் என்பதால் அந்த பூக்களை நாங்கள் பறித்து எங்கள் வகுப்பில் சாமி படங்களுக்கு அதனை சூட்டுவதனை வழக்கமாக வைத்திருந்தோம். இதனை நானே தினமும் செய்து வந்தேன்.

நான் வராவிட்டால் சுஜி செய்துவிடுவாள். இவ்வாறு பள்ளி பருவம் அந்த புதிய பள்ளியில் எனக்கு மிக மிக நல்ல அனுபவத்தையே அளித்தது. நாட்கள் செல்வதே மிக வேகமாக இருந்தது போல் தோன்றியது. அப்போது சூலை திங்கள் பதினைந்தாம் நாள் வர தொடங்கியது. சில வாசகர்கள் தெரிந்திருக்க கூடும். அது காமராசரின் பிறந்தநாள் எனவே நாங்கள் அனைவரும் போட்டிக்கு தயாராகி கொண்டு இருந்தோம்.

நான் பேச்சு போட்டிக்கு தயாராகி கொண்டிருந்தேன். எங்கள் உமா மிஸ் அனைவருக்கும் மிகவும் உதவி செய்தார், எனக்கு வசனங்களை அனைத்தும் கோர்த்துக் கொடுத்தார். சுஜியிற்கு கட்டுரை போட்டிக்கும் என் வசனங்களையே கொடுத்தார், ஆனால் அதில் இவ்வாறு அதை வரிசைப்படுத்தி அமைக்க

வேண்டும் என்பதையும் கூறினார். நான் பேச்சு போட்டியில் முதல் முதலில் அன்று தான் கலந்துகொள்ள போகிறேன் இதற்கு முன் நான் வகுப்பில் மட்டுமே என் பேச்சு திறனை காட்டியுள்ளேன் ஆனால் இன்றோ பள்ளியின் மூத்த அண்ணா, அக்கா மார்களுடன் இணைந்து போட்டியிட வேண்டும் அதிலும் நான் வெற்றிபெற நிறைய வாய்ப்பு உள்ளதாக என் உமா மிஸ் மட்டுமே எனக்கு ஊக்கம் அளித்தார்.

நான் எனக்காக மட்டுமல்லாமல் என் மிஸ்ஸிற்காக நான் கண்டிப்பாக பரிசை வாங்க வேண்டும் என்றும், மிஸ்சிற்கு பெருமை சேர்க்க வேண்டும் என்றும் எனக்குள்ளே சத்தியம் செய்து கொண்டு தொடர்ந்து மூன்று நாட்கள் அதையே விடாமுயற்சியுடன் பயிற்சியும் செய்து எங்கள் வகுப்பில் பிழை இல்லாமல் ஒத்திகையும் பார்த்துவிட்டேன். நான் கண்டிப்பாக பரிசு வாங்குவேன் என்றும் அனைவரும் நம்பினார்கள் என்னைப்போலவே.

இதுபோல் நாங்கள் அனைவரும் கலந்து கொண்டோம், எல்லோருக்கும் அன்று காலையில் இருந்தே அவரவர் போட்டிகள் தொடங்கியும், சிலர் முடித்து விட்டு பரிசுக்காகவும் காத்திருந்தனர் போட்டி முடிவுகள் உடனுக்குடன் தெரிவிக்கப்பட்டன. சிலர் வெற்றியை தழுவினார்கள். அனைத்து போட்டிகளும் காலையில் இருந்து சிறப்புடன் நடைபெற்றது. எங்கள் பள்ளியில் அப்போது போதுமான வசதிகள்

இல்லை. மேடைகள் கூட கிடையாது நாங்கள் கூரையின் மேல் நின்றே தின கூட்டம் நடத்தினோம். அப்போது மணி 3 மதிய நேரம், என்னுடைய நேரம் என்னை எப்போது சந்தோஷமாக வைத்திருக்காது என்பது நான் முற்றிலும் அறிந்த உண்மையே.

எப்போதும் போலவே அன்றைக்கும் கை கொடுக்காமல் காலை வாரியது. திடீரென்று மழை பெய்ய தொடங்கியது அப்போது தான் ஒரு அக்கா மட்டும் அவர் பேச்சை துடங்கினார். என் பெயரோ ஐந்தாவதாக வரவிருந்தது. அன்றும் ஏமாற்றத்துடன் அவ்வளவு ஒத்திகை செய்தும் என் திறமையை காட்ட முடியவில்லை. பள்ளி நிர்வாகிகளுக்கு தான் என்ன நஷ்டம் அவர்கள் போதும் விழாவை முடித்து கொள்வோம் பேச்சுப் போட்டி அடுத்த சிறப்பு விழாவில் வைத்து கொள்ளலாம் என்று முடிவு செய்து அதுவரை நடந்த அனைத்து போட்டிகளுக்கு பரிசு வழங்கினார்..

அதில் என் நண்பர்களும் முதல், இரண்டாம் பரிகளுடன் மகிழ்ச்சியுடன் இருந்தனர். எனக்கோ பரிசு கூட வேண்டாம் நான் பேசி காட்டுகிறேன் என்றும் மனதில் நினைத்து ஒரு வாய்ப்பு தாருங்கள் என்று அழுகை வருவதுபோல் நின்றுகொண்டிருந்தேன்.

அப்போது நான் சிறிதும் எதிர்பாராமல் நடந்த ஒரு நிகழ்வு என் மனதிற்குள் இன்றும் நினைத்தால் இன்பக்கண்ணீரை தருகிறது. எனக்காக உமா மிஸ்

பேச்சு போட்டியை மறுநாள் என் வகுப்பில் வைத்து என்னோடு சேர்ந்து பேச முடியாமல் போன அத்தனை பேர்க்கும் வைத்து மொத்தம் நாங்கள் 15 பேர் கலந்து கொண்டோம்.

பங்கெடுப்பில் என்னை விட ஒரு அண்ணா பேச்சு மிகவும் சுவாரசியமாக இருந்ததால் அவருக்கு முதல் பரிசும் எனக்கு இரண்டாம் பரிசும் இணொருவருக்கு மூன்றாம் பரிசும் வழங்கப்பட்டது. அதுவும் பள்ளியின் சேமிப்பு பணத்தில் அந்த கோப்பைகளை வாங்கவில்லை. உமா மிஸ் தனது ஊதிய பணத்தில் வாங்கி எங்களுக்கு பரிசு கொடுத்தார்.

இன்றும் அந்த பரிசு ஒரு பொக்கிஷமாக என் அறையில் நான் வைத்திருக்கிறேன். என் மீது அவருக்கு ஏன் அவ்வளவு பாசம் என்பது இன்றுவரை ஒரு புரியாத புதிரே!!!!

எதிர்பார்ப்பும் ஏமறத்தானே!

அன்றைக்கு நான் மிகவும் வேகமாக வீட்டிற்கு சென்று என் முதல் பேச்சு போட்டிக்கான பரிசு இதோ என்று என் அப்பாவிடம் காட்டி நான் அவர் படும் ஆனந்தத்தை பார்க்கலாமென்று ஒரே அடியாக ஓடிச்சென்றேன்.

அன்று அம்மாவிடம் நடந்ததை சொல்லி விட்டு கோப்பையை காட்டியபிறகு அம்மாவிற்கும் ரொம்ப சந்தோஷமாகவே இருந்தது. பின் நான் விளையாட சென்று விட்டு என் பக்கத்து வீட்டு நண்பர்களிடமும் இதை பற்றி சொல்லி மகிழ்ந்தேன். பின் வீடு திரும்பியதும் என் அப்பாவின் வருகையை ஆவலுடன் எதிர்நோக்கியவாரு வாசலாண்டை உட்கார்ந்திருந்தேன்.

ஆனால் காரணத்தை அம்மாவிடம் சொல்லவில்லை. எதையோ எதிர்பார்த்து காத்திருந்தவளை போல், அப்பா வருவாரா , வருவாரா என்று பக்கத்து வீட்டு அங்கிள் வருமோதும் கூட எட்டி எட்டி பார்த்தேன். வெகுநேரம் பார்த்துவிட்டு சரி அம்மாவிடம் கேட்போம் என்று , அம்மா? அப்பா எங்கே இன்னும் ஆள் காணவில்லை என்றேன்.

உடனே அம்மா அவர் தம் சொந்த ஊருக்கு எதோரு வேலையாக போயிருக்கிறார் என்றாள். அய்யோ அன்றும் எனக்கு ஏமாற்றமே என்று சரி இதென்ன

நமக்கு புதிதானது இல்லையே என்று உறங்கிவிட்டேன். வாசகர்கள் நினைக்கலாம் ஒரு சிறு பெண்ணின் வாழ்வில் இவ்வளவு நடக்குமா என்றும் அதை எவ்வளவு ஞாபகம் வைத்திருப்பது சுலபமா என்று? ஆம் அத்தனையும் என் வாழ்வில் நடந்த அதிசயங்கள் அதனாலே என்னால் சாகும் வரையில் இதை மறப்பது எளிதன்று.

ஆறாம் வகுப்பு

இவ்வாறு என் வாழ்வில் வசந்தகாலம் என்றால் அது என் ஐந்தாம் வகுப்பு படித்த அக்காலமே. ஆனால் அதுவோ மிக சீக்கிரமாக முடிந்து ஓடிவிட்டது. நான் ஆறாம் வகுப்பு சேர வேண்டும். அனைவரையும் இப்பொழுது உமா மிஸ் ஆறாம் வகுப்பில் போய் விட்டுவிடுவார்.

அப்புறம் நாங்கள் பிரிந்து தான் போக வேண்டும். அப்போது ஆறாம் வகுப்பு மிஸ்ஸாக லக்ஷ்மி மிஸ் வந்திருந்தார். அவரே முன்னதாகவே எல்லோர் பற்றியும் கேட்டு வைத்துவிட்டார் போலும். எங்களை விட்டு விட்டு உமா மிஸ் இனிமேல் இது தான் உங்கள் புது வகுப்பு இனி நீங்கள் அங்கே வரகூடாது இங்கேதான் இருக்க வேண்டும் என்று சொல்லி சென்றுவிட்டார்.

எனக்கு இனிமேல் நம்மை யார் அப்படி பார்த்துக்கொள்வார் உமா மிஸ் போல் யாரும் இருக்க மாட்டார்கள் என்றும் தோன்றியது ஆனால் படிக்க வேண்டும் என்ற உறுதியும் இருந்தால் மனதை திடப்படுத்திகொண்டு எப்பொழுதெல்லாம் இடைவேளை விடுவார்களோ அப்போதெல்லாம் உமா மிஸ் பார்க்க ஓடி சென்று விடுவேன்.

அப்போது மிஸ் என்னிடம் லக்ஷ்மி மிஸ் தன்னை விடவும் உன்னை நன்றாக பார்த்துக்கொள்வார் பயப்படாதே என்று ஆறுதல் கூறி என்னை

அனுப்பிவிடுவார். ஆனால் லக்ஷ்மி மிஸ்சும் எங்களிடம் மிகவும் அன்பாகவே இருப்பார். எங்களுக்கு பிடித்த படிப்பை தவிர மற்ற செயல்களையும் ஊக்குவிப்பார்.

நாங்கள் எல்லோரும் சேர்ந்து மரம் நடுவது, எங்கள் பள்ளியை சுற்றி சுற்றுச்சூழல் விழிப்புணர்வு போராட்டங்கள் நடத்துவது என்று அதிலும் நாங்கள் பல வீர தீர செயல்களையும் செய்து வந்தோம். லக்ஷ்மி மிஸ் ஒருமுறை என்னிடம் உமா மிஸ்ஸை அடிக்கடி பார்க்க ஓடிவிடுகிறாய்.

எங்களை பிடிக்கவில்லையா உன்னை வேண்டுமானால் நான் அங்கே போய் விட்டு விடவா என்றதும் எனக்கு சந்தோஷத்தில் சரி மிஸ் என்றேன். அவர் கூடவே ஆனால் நீ ஆறாம் வகுப்பில் இருந்து ஐந்தாம் வகுப்பு தான் போவாய் என்றார். உடனே எனக்கு அய்யோ வேண்டாம் மிஸ் நான் இங்கேயே இருக்கிறேன் என்று சொல்லி விட்டேன். அப்புறம் நான் மிஸ்சை பார்க்க செல்லும்போதெல்லாம் மிஸ் இருப்பதில்லை ஆபீஸ் ரூம் போய்விடுவார். ஆனால் ஒருநாள் மிஸ்சை பார்க்க போகிறபோது அவர் இன்னொரு பிள்ளையை பார்த்து உன்னை போலவே இவளும் இருக்கிறாள் நீ போனதும் எனக்கு இவள் உன்னை போலவே தெரிகிறாள் நீயும் அங்கே லக்ஷ்மி மிஸ்சோடு நன்றாக பழக வேண்டும் இனி அடிக்கடி இங்கே வரக்கூடதென்றும் சொல்லிவிட்டார்.

எனக்கு அழுகையே வந்துவிடும் போல் இருந்தது அதோடு இனி ஆறாம் வகுப்பு என்பதால் நன்றாக படித்தால் தான் நல்ல வேலை கிடைக்கும் என்றெல்லாம் பேச தொடங்கியதும் எனக்கும் ஒரு உற்சாகம் வந்து சரி என்றும் கூறிவிட்டு வந்துவிட்டேன். அதிலிருந்து உமா மிஸ் பார்க்க நான் போவதே இல்லை.

அவரை தூரத்தில் இருந்து தினகூடத்தில் பார்த்துவிட்டு அமைதி கொள்வேன். ஒரு தடவை நான் ஆறாம் வகுப்பிலும் முதல் மதிப்பெண் பெற்றேன் என்றும் மார்க்ஷீட் காட்ட மட்டும் சென்றேன், அப்போதும் அவர் இல்லை எங்கே என்று கேட்டதும் அவர் டிரான்ஸ்ஃபர் வாங்கியதாக அந்த பிள்ளை கூறினாள். அதன்பிறகு நான் இன்றும் அவரை மறக்காமல் இருக்க அவரின் அதீத அன்பே காரணம்.

நாங்களும் பின்பு ஏழாம் வகுப்பிற்கு சென்றோம் ஒவ்வொரு மிஸ் மாற தொடங்கினர். ஆனாலும் எனக்கு இன்றுவரை உமா மிஸ் போன்ற ஒரு மிஸ் நான் கண்டுகொள்ளவில்லை. பின் நாங்கள் அனைவரும் ஒவ்வொரு வகுப்பாக கடந்து சென்றோம். அப்போது நாங்கள் எட்டாம் வகுப்பு சென்ற கொஞ்ச திங்களே ஆயின. திடீரென்று ஒருநாள் சுஜியின் அம்மா அவளை மிகவும் வருத்ததுடன் அரைநாளில் அழைத்து சென்றார். அப்போது அவர் எந்த காரணத்தையும் யாரிடமும் சொல்லவில்லை.

தங்கள் சொந்த ஊருக்கு அவசரமாக போவதாக சுஜியை அழைத்து போவதாக சுஜி என்னிடம் சொல்லிவிட்டு சென்றாள். ஆனால் அவள் 10 நாட்கள் ஆகியும் திரும்பி வரவே இல்லை. ஒருநாள் அவள் அம்மா மட்டும் திரும்ப வந்து அவளது மாற்றுச்சான்றிதழ் வாங்குவதற்காக வந்தார்.

என்னிடம் அவர் பேசவும் இல்லை என்னை பார்க்கவும் இல்லை. நான் வாசல் கதவை பார்த்தபடி சுஜி வருவாளோ என்ற ஏக்கத்துடன் பார்த்து கொண்டிருந்தேன். ஆனால் அவள் வரவே இல்லை. எனக்கு அவளை இவ்வாறு அழைத்து செல்வதன் காரணமும் தெரியவில்லை. அவள் வீட்டிற்கு சென்று ஒருநாள் பார்த்த போது அவர்கள் சொந்த ஊருக்கு திரும்பியது தெரியவந்தது.

அப்போதெல்லாம் போன் செய்தெல்லாம் நாங்கள் பேசிக்கொண்டதில்லை. எனினும் என் அப்பாவின் நம்பர் அவளிடம் இருந்தது. அவள் அப்பாவின் நம்பரிற்கு போன் செய்தபோது அவள் அம்மா பேசினார். நாங்கள் ஊருக்கு வந்து விட்டோம் இனி போன் செய்யவேண்டாம் அவள் படிக்க வேண்டும் என்று சொல்லி போனை வைத்து விட்டார். அப்போதெல்லாம் எனக்கு புரியவில்லை, நான் ஏதேனும் தவறு செய்தேனோ? இல்லை சுஜி ஏதேனும் செய்தாளோ? என்னவெல்லமோ தோன்றியது அழுகையாக வந்தது. என் ஆதங்கத்தை என் அம்மாவிடம் சொல்லி மட்டுமே புலம்பினேன்.

பள்ளி மாற்றம்

இப்படி என் வாழ்வில் தானே வந்த உறவுகளே சொல்லாமலும் என்னை விட்டு சென்றனர். ஆனால் நான் இன்று இருக்கும் இந்த உயர்ந்த நிலைக்கு காரணம் அவர்களும் கூடவே. நான் படித்த பள்ளியில் அவ்வளவு சவுகரியம் இல்லாத காரணத்தால் என்னை அதை விட பெரிய பள்ளியில் சேர்த்தால் இன்னும் நன்றாக படிப்பேன் என்று என் வீட்டில் முடிவு செய்து என்னை வேறு பள்ளியில் சேர்த்தார்கள்.

அங்கே நான் எதையும் எதிர்பார்த்து சேரவில்லை என்றாலும் எனக்கு நல்ல நண்பர்களே கிடைத்தார்கள். அன்றுவரை நான் படித்தது *co-education* பின்பு நான் மாறியது பெண்கள் மட்டும் படிக்கும் பள்ளி. எனினும் எனக்கு இருந்த எல்லா நண்பர்களையும் விட்டுவிட்டு இங்கே சேர்ந்தேன். ஆனால் இங்கே வந்தபின் எனக்கு படிக்கவேண்டும் என்ற ஒரு கொள்கை மட்டுமே இருந்தது.

எனக்கு எப்போதும் லீடர் ஆகவும் முதல் மதிப்பெண்கள் எடுக்கவும் பிடிக்கும். அது பெரிய பள்ளி என்பதால் ஒரு கிளாஸ்க்கு மட்டும் *100* பேர் இருந்தனர். நான் முதல் மதிப்பெண் எடுக்க மிகவும் சிரமப்பட வேண்டி இருந்தது.

எனினும் அங்கும் எனக்கு 5 நண்பர்கள் கிடைத்தார்கள். நாங்கள் எப்போதும் நன்றாக

ஒருவருக்கொருவர் பகிர்ந்து சாப்பிட்டு, ஒருவருக்கொருவர் சொல்லிக்கொடுத்து நன்றாக தேர்ச்சியும் பெற்றோம். அங்கேயும் நான் லீடர் ஆகவும் இருந்தேன். எனக்கு தமிழ் பாடம் என்றால் மிகவும் பிடிக்கும். அந்த பள்ளியில் தமிழ் வகுப்பு எடுப்பதற்கு மாற்றுத்திறனாளி ஆசிரியை வருவார். அவர் பெயர் கீதா.

எனக்கு உமா மிஸ்க்கு அடுத்து ஒரு மிஸ் பிடிக்கும் என்றால் அவர்தான். அவருக்கு விழிதெரியாது என்று சொன்னால் அது ஒரு மிகையே. ஏனெனில் அவர் நாங்கள் வாசிப்பதிலிருந்தே அவ்வளவு இனிமையாக பாடங்களை நடத்துவார். ஒருவரை ஸ்பரிசிப்பதிலிருந்தே அவர் யாரென்று அறிந்து விடுவார்.

அவர் பீரியட் வரும்போதெல்லாம் நானும் என் தோழி பிரியாவும் சென்று அவரை கை பிடித்து அழைத்து வருவோம். ஒருநாள் நான் ஏதோ ஒரு வேலையில் இருந்ததால் மற்றவரை என் தோழி நித்யாவை அனுப்பினேன். அப்போது அவர் அவளை போக சொல்லிவிட்டு சிந்து வந்து அழைத்தால் மட்டுமே நான் வருவேன் என்றும் கூறிவிட்டார். எனக்கு ஆச்சர்யமும் திகைப்பும் ஏற்பட்டது.

எப்படி ஒருவரை ஸ்பரிசிக்கும் முறையை கொண்டு கண்டுபிடிக்கிறார் என்று ஆச்சர்யம். பிறகு நான் ஏன் வரவில்லை என்ற காரணத்தையும் சொல்லி மன்னிப்பும் கேட்டுக்கொண்டேன். ஏன் அவருக்கு என்னை பிடித்தது என்பதை

வாசகர்களுக்கு நான் சொல்லவில்லையே? ஏனெனில் நான் என் ஒன்பதாம் வகுப்பு புத்தகத்தில் துணைப்பாடத்தில் "கிளி பேசியது" என்ற ஒரு கதையை அதன் வழியே அக்கிளியை போலவே படித்து காட்டியதால் அவருக்கு என்னை அதிலிருந்து ரொம்ப பிடித்து போனது. அதோடல்லாமல் என் தமிழ் உச்சரிப்பும் அவருக்கு பிடித்திருந்தது. இலக்கணங்களும் பிழை இன்றி வாசித்து பழகவும் அவர் கற்றுக்கொடுத்தார்.

பொதுத்தேர்வு

ஒன்பதாம் வகுப்பு முடிந்து அடுத்து பத்தாம் வகுப்பில் மீண்டும் என் நண்பர்களை எல்லாம் வெவ்வேறு வகுப்புகளில் மாற்றி விட்டனர். பத்தாம் வகுப்பில் எனக்கு அவ்வளவாக நண்பர்கள் இல்லை.

நான் எப்போதும் ஒருவரை பற்றி மிக ஆராய்ந்தே நட்பு கொள்வது வழக்கம். அவ்வாறு பொது தேர்வு நெருங்கும் சமயத்தில் எனக்கு 2 நண்பர்கள் கிடைத்தார்கள். அப்படியே பொது தேர்வு என்பதால் மிகவும் வேகமாக அக்காலம் கடந்துவிட்டது.

திடீரென்று ஒருநாள் எனக்கு சுஜியிடம் இருந்து ஃபோன் வந்தது. அதில் அவள் மிக குறைவான நேரமே பேசி பின் கட் செய்து விட்டால். அப்போதும் அவள் சொல்லாமல் சென்ற காரணத்தை அதாவது அவள் அப்பாவிற்கு உடல்நிலை சரியில்லை எனவும் அவரால் நடக்க முடியவில்லை எனவும் சொல்லியும் அவளுக்கு பத்தாம் வகுப்பு முடிந்ததும் திருமணம் செய்யவிருப்பதாக சொல்லிவிட்டு அவளுக்கு எல்லோர் போலவும் படிக்க ஆசையாக இருப்பதாக சொல்லியும் அழுதாள்.

என்னால் அந்த அப்போது நான் இருந்த நிலைமையில் அவளுக்கு ஆறுதல் மட்டுமே கூற முடிந்தது. பயப்படாதே என்ன செய்ய முடியும்

பெற்றோர் நல்லது தான் செய்வார்கள் என்று கூறியதும் அவள் கடைசியாக என்னிடம் பேசியது அந்த நாள் தான். இன்றுபோல் அன்று அவ்வளவு ஃபோன் யாரும் உபயோகம் செய்யவில்லை.

அந்த நம்பர்க்கு நான் திரும்பவும் ஃபோன் செய்து பார்த்தேன். உபயோகம் இல்லை என வந்தது. அதன்பின் அவளை நான் காணவும் இல்லை பேசவும் இல்லை. பின் பத்தாம் வகுப்பில் நான் நல்ல மதிப்பெண்கள் பெற்றேன்.

அந்த மதிப்பெண்களுக்காக என் அம்மா எனக்கு முத்தம் வழங்கினார். அப்பா எப்போதும் போல் எதுவும் சொல்லவில்லை. பதினொன்றாம் வகுப்பு வந்தபோது அதில் குரூப் பிரிப்பதால் இருந்த நண்பர்களில் ஒருவர் மட்டுமே என்னுடன் வந்தாள், அதேபோல் நான் விட்டுச்சென்ற என் ஒன்பதாம் வகுப்பு நண்பர்களும் என் பதினொன்றாம் வகுப்பில் இணைந்தார்கள்.

அப்போதெல்லாம் எனக்கு நண்பர்கள் என்ற அந்த கண்ணோட்டத்தில் சற்று சலிப்பு ஏற்பட்டது. எவ்வளவுதான் ஒன்றாக இருந்தாலும் சொல்லாமல் கொள்ளாமல் அல்லவா பிரிந்தே சென்றுவிடுகின்றனர்.

இந்த வாழ்க்கை தான் எப்பேற்பட்டது. எனவே அவ்வளவாக நெருங்காமல் இருப்பதே நல்லது என்று எண்ணி நான் உண்டு என் வேலை உண்டு என்று படித்து வந்தேன் யாரோடும் அதிகமாக உரையாடவோ அரட்டை அடிக்கவோ செல்லாமல்

படிப்பில் கவனம் செலுத்த எண்ணினேன். என் இந்த நடவடிக்கைகளை பார்த்து என் இயற்பியல் ஆசிரியர் கூட என்னை பாராட்டியதாக என் தோழி ஒருமுறை கூறினாள். ஆனால் நான் இவ்விதம் இருப்பது அந்த வகுப்பில் நிறைய பேருக்கு என்னை பிடிக்காது என்பதில் சந்தேகம் இல்லை.

அதை பலர் தன் முக ஜாடையில் கூட காண்பிப்பதுண்டு. நான் ஏன் அவ்விதம் இருக்கிறேன் என்பது அவர்களுக்கு தெரிந்திருக்காது. ஒவ்வொரு தடவையும் நான் நல்ல மதிப்பெண்களே பெறுவேன்.

மார்க்ஷீட்டில் கையெழுத்திடும் போது கூட என் அப்பா எனக்கு உற்சாகம் அளித்ததில்லை. ஆனாலும் என்றைக்காவது அவருக்கு என் அன்பு புரியும் எனவும் அவருக்காகவே நான் இவ்வளவும் செய்கிறேன் என்பதையும் அவர் அறிவார் என்று நானே என்னை தைரியமூட்டிக்கொள்வதுண்டு. அப்போதெல்லாம் என் அப்பா பாராட்டியதோ, ஆர்வமூட்டியதோ இல்லை. எனக்கு மற்ற தந்தைகள் அவர் பிள்ளைகளை பள்ளிக்கு அழைத்து வருவது மாலையில் மீண்டும் கூப்பிட வருவது இதெல்லாம் பார்த்து நான் நமக்கு குடுத்து வைக்கவில்லயே என்று எண்ணிக்கொள்வேன்.

காய்ச்சல்

அன்றைக்கு பன்னிரண்டாம் வகுப்பு மாடல் தேர்வு, எனக்கோ சரியான காய்ச்சல் அதற்கு லீவ் எடுத்தல் கூடாது என்று சார் மிகவும் கண்டிப்பாக கூறினார் எனவே நான் காய்ச்சலுடன் வந்து பரிட்சை எழுத வந்தேன். அன்று சிவப்பு ஸ்வெட்டர் அணிந்து வந்த என்னை பார்த்த பலர் என்னை மறந்ததில்லை என்பதை நான் என் நண்பர்களை பார்க்கும்போதெல்லாம் சொல்வார்கள்.

அன்று என் அம்மா மதியம் என்னை காய்ச்சலுடன் பள்ளிக்கு அழைத்து வந்து விட்டுவிட்டு மாலையில் நான் அப்பாவை வரசொல்லி உன்னை கூட்டி வர சொல்கிறேன் என்றும் சொன்னார். நானும் இன்றைக்காவது என் அப்பா வந்து கூப்பிடுவார் என்று அந்த காய்சலிலும் ஆனந்தப்பட்டேன், அதுபோலவே நான் படித்தவை ஓரளவு வந்ததால் எழுதி விட்டு பள்ளிக்கு வெளியில் காத்திருந்தேன். அப்போது என் வகுப்பு சகதோழிகள் ஏன் தனியாக அதுவும் காய்ச்சலில் நின்று கொண்டிருக்கிறாய் நாங்கள் உன்னை கொண்டுபோய் விடுகிறோம் வா என்று கூப்பிட்டார்கள்.

நான் அவர்களிடம் மிகுந்த ஆவலுடன் இல்லை என் அப்பாவே என்னை அழைத்து போக வருவார். நீங்கள் வேண்டுமானால் கொஞ்ச நேரம் என்னோடு நில்லுங்கள் அப்பா வந்தவுடன்

அறிமுகம் செய்து வைக்கிறேன் என்று கூறினேன். அவர்களும் எனக்கு காய்ச்சல் என்பதால் அரை மணிநேரம் என்னோடு நின்று பார்த்து பின்னர் வீடு ரொம்ப தூரமா?? ஏன் அப்பா இன்னும் வரவில்லை என்று கேட்டனர். பின் நான் இல்லை டிராபிக் அதிகமாக இருக்கலாம் வந்து விடுவார்

உங்களுக்கு நேரம் ஆனால் கிளம்புங்க என்று சொல்லி அனுப்பிவிட்டு , பின் நானோ பத்து நிமிடம் பொறுத்து விட்டு பக்கத்து பூத்தில் இருந்து அப்பாவிற்கு ஃபோன் செய்தேன் எடுக்கவில்லை. அம்மாவிற்கு ஃபோன் செய்தபோது உன் அப்பா எங்கோ விழுந்துவிட்டார் ஏனெனில் அவரைப்பற்றி தான் நான் முன்னமே சொல்லியிருக்கிறேன் அல்லவா அதுவே இப்போதும் காரணம். என் அம்மா என்னிடம் நான் ஹாஸ்பிடல் செல்கிறேன் நீ பத்திரமாக வீடு வந்துவிடு என்று கூறிவிட்டாள்.

நான் மிகவும் மனம் நொந்து இதுவும் ஓர் பாடம் என்று எனக்கு நானே துணை என்றும் பஸ் ஸ்டாப்பிற்கு போனேன். அங்கு எனக்காக காத்திருந்த நண்பர்கள் அங்கேயே நின்றார்கள், அவர்களிடம் நான் என்ன சொல்வதென்று யோசித்துக்கொண்டே மெதுவாக நடந்து அவர்களிடம் சென்றேன். அன்று என்னால் சுத்தமாக முடியவே இல்லை என்பது என் கண்ணை பார்த்த அவர்களுக்கு மட்டுமே தெரியும். அவர்கள் உடனே அப்பா எங்கே நீ ஏன் இங்கே வந்தாய் என்று கேட்டதும் எனக்கு என்ன சொல்வது அப்பா

அவ்வாறு செய்து விழுந்ததாக சொன்னால் அப்பாவை தப்பாக நினைப்பார்கள் யாரோ ஒருவரிடம் ஏன் என் அப்பாவை நான் விட்டுதர வேண்டும் என்று அழுகையுடன் கூடிய விம்மிய வார்த்தைகளில் அப்பா வரும் வழியில் வண்டி மோதி ஆக்சிடன்ட் ஆகி விழுந்து விட்டதாக அம்மா கூறினார் என்று சொன்னதும் அவர்கள் எனக்கு ஆறுதல் கூறி என்னோடு என் ஸ்டாப் வரைக்கும் விட்டு சென்றனர். எனினும் என் ஸ்டாப்பிலிருந்து வெகு தூரம் நான் நடக்க வேண்டும். இந்த நிலைமையில் என்னால் நடக்க முடியுமென்ற நினைவு இல்லை.

எதுவோ அந்த கடவுள் மட்டுமே என் எல்லா சங்கடங்களிலும் என் துணையாக இருந்தவன். நான் மிகவும் நன்றாகவே படித்து பனிரெண்டாம் பொதுத்தேர்விலும் நல்ல மதிப்பெண்கள் பெற்றேன். அப்போதும் என் அப்பா என்னை எதுவுமே கண்டுகொள்ளவில்லை. அப்போது நான் முடிவு செய்தேன் இனிமேல் அவரே புரிந்து ஏற்றுக்கொண்டால் சரி இல்லையேல் இப்படியே வாழ்வை களிப்போம் என்னும் மன உறுதி ஏற்பட்டது.

சொந்த ஊர்

என் பன்னிரண்டாம் வகுப்பு முடிந்ததும் நாங்கள் என் சொந்த ஊருக்கே வந்து விட்டோம். நான் கல்லூரியில் சேர வேண்டும் என்பதால் நாங்கள் மீண்டும் திரும்பிவிட்டோம்.

எனக்கு சிறுவயதிலிருந்தே என்ஜினீயரிங் படிக்க வேண்டும் என்பதே ஆசை. அதற்காக நான் என்னை ஃப்ரீ கோர்ஸ்சில் சேர்க்க பல கல்லூரிகள் முன் வந்தனர். அதில் நான் ஒரு கல்லூரியை தேர்வும் செய்து செலவில்லாமல் படிக்கலாம் என்று இருந்தேன். ஆனால் அது அவ்வளவு பெரிய கல்லூரி இல்லை. அதற்கு கூட நான் என் அப்பாவை அழைத்து போகவில்லை காரணம் அவர் அந்நிலைமையில் இல்லை.

என் மாமவே என்னோடு வந்தார். அவர் அந்த கல்லூரி மிகவும் ஒதுக்குபுறமாக இருப்பதாக சொல்லி என்னை வேறு நல்ல கல்லூரியில் சேர்த்து விடுவதாக கூறினார். அதேபோல் நான் மிகவும் நல்ல கல்லூரியில் சேர்ந்த முதல் தினமே எனக்கு பள்ளியில் நான் படிக்கும் போது இருந்த தன்னம்பிக்கை, ஆவல், தைரியம் அனைத்தும் சிறிது நீங்கி பயம் வந்தது அங்கு வந்த அனைத்து பிள்ளைகளும் மிகவும் வசதி வாய்ந்தவர்களாக இருந்தனர். நான் அன்று வந்ததும் என் மாமாவிடம் நான் இந்த கல்லூரிக்கு போவது இயலாது எனக்கு சிறிது அழுகை கூட தோன்றுகிறது என்று கூறினேன். அதற்கு அவர் நிறைய தைரியம்

எல்லாம் சொல்லி நீ ஒரு குறிக்கோளோடு படி நிச்சயம் உன்னை போலவே அனைவரும் என்று சொல்லி அனுப்பி வைத்தார்.

சிறிது நாட்கள் சென்றதும் அப்போது ஒரு தேர்வு வைத்தனர். அப்போது தான் எனக்கே தெரிந்தது அங்கே இருப்பவர்கள் பலருக்கும் என்னை போலவே அறிவு இருப்பதும் எனக்கு தெரிந்த பலவும் அவர்களுக்கு தெரிவதில்லை என்பதும். அதோடு எனக்கு அப்போதும் ஆண் பிள்ளைகள் என்றால் ஒரு முகசுளிப்பு இருந்தது ஏனெனில் நான் படித்தது co-education கல்லூரி. ஆனால் அங்கே நான் சிறிதும் எதிர்பாரா விதமாக செளமியா என்ற ஒரு தோழி கிடைத்தாள். அவள் பிரபல தனியார் பள்ளியில் படித்து வந்தவள். எனக்கு புரியாததெல்லாம் அவளே எனக்கு கற்றுக்கொடுத்தாள். அவள் அவளுடைய சொந்த வாழ்க்கையை பற்றி மிகவும் வருத்தப்படுவதுண்டு.

அவளுக்கு மிருகநல மருத்துவர் ஆக வேண்டும் என்று ஆசை அதற்காக அவள் தேர்வும் எழுதியுள்ளது பற்றி கூறினாள். அப்போது எனக்கு இருந்த ஒருத்தியும் போய் விடுவாளோ என்று பயமாகவே இருந்தது அதேபோல் அவளுக்கு சீட்டும் கிடைத்தது,

என் வாழ்வில் சொல்லிக்கொண்டு விடை பெற்ற ஒருத்தி என்றால் அது செளமியதான். விடை பெறும் போது கிதார் கீ செயினும் கொடுத்து விட்டு சென்றாள். இவ்வாறாக எனக்கு அவ்வளவாக கல்லூரியிலும் நண்பர்கள் இல்லை. இப்படியே

இரண்டாம் பருவம் தொடங்கியது அதில் டிபார்ட்மெண்ட் பிரித்ததால் ஒரு நண்பர் கிடைத்தார்.

அவரிடம் எனக்கு இனம் புரியாத என் ஐந்தாம் வகுப்பு காலம் போலவே அனைத்தையும் நான் பயப்படாமல் பகிர்ந்து கொண்டேன். என் அப்பாவை பற்றியும் தெரிந்த ஒரு நபர் என்றால் அவர்தான். அப்போதும் கூட என் அப்பா அதே நிலையிலேயே இருந்தது என்னால் தாங்கிக்கொள்ள முடியாத ஒன்றானது. எனக்கு பீஸ் கூட கட்ட முடியாமல் போன நாட்களும் உண்டு.

நான் பலமுறை இரவு தூங்காமல் அழுத்த நாட்களும் உண்டு. ஆனால் இதெல்லாம் ஒருவர் என் நண்பருக்கு மட்டும் அவ்வப்போது சொல்லி வந்தேன். அப்போது ஒரு தினம் என் அப்பாவை நான் ஏன் இவ்விதம் செய்கிறீர்கள் என்று எதிர்த்து பேசியதற்கு என் அப்பா அந்த கலக்க மனநிலையில் நானே உன்னை வெட்டி கொள்கிறேன் அப்போது தான் நிம்மதி அடைவேன் என்றும் கூறியது என்னை இன்றும் வதைத்து கொண்டுதான் இருக்கிறது.

எனினும் ஏன் அவ்வாறு நம் அப்பாவிற்கு தொல்லை கொடுக்க வேண்டும் என்று என் நண்பரிடம் மட்டும் சொல்லி விட்டு மருந்து (Allout) குடித்து விட்டேன். அப்போது என் அம்மாவை பற்றி நான் யோசிக்காமல் பண்ணிய காரியம் இதுவே. அப்போதும் என் அம்மா என்ன ஏதோ போல இருக்கிறாய் சொல் என்ன ஆயிற்று என்று

கேட்டதும் மயங்கி விழுந்துவிட்டது தான் நினைவு அப்பறம் என்னை ஹாஸ்பிடலில் சேர்த்து பின் சிகிச்சை அளித்து குணப்படுத்தினர்.

அப்போது இந்த விஷயம் என் நண்பர் தவிர்த்து வேறு எவருக்கும் தெரியாது. இவ்வாறே நான் பலமுறை முடிவெடுத்து என் அம்மாவிற்காக அதனை மாற்றிகொண்டுள்ளேன். ஆனாலும் எனக்கு என் அப்பா மீது சிறிதும் கோவம் இல்லை அவரால் அதை மறக்க இயலவில்லை பல முறை அதை அவர் செய்தபோதிலும் அவர் மனம் அதை உடைத்தது. எனவே இதை நான் எவ்வாறு சரிசெய்ய முடியும் என்று யோசித்தபோது என் நண்பர் மட்டுமே எனக்கு ஆறுதல் கூறினார்.

நான் வேலைக்கு சென்ற பின் அப்பாவை மாற்றிவிடலாம் என்று அவர் சொல்லியது சிறிது தைரியம் தந்தது. ஒரு ஆண்மகனிடம் முதன்முதலில் நான் பெற்ற அன்பு என்றால் அது என் நண்பரிடம் தான்.

அதற்காகவே நான் அவனை என் அப்பாவின் இடத்திலேயே பார்த்தும் வந்தேன். என்னை பற்றி பலரும் பலவாறு நான் கோபக்காரி, ஆத்திரம் அடைபவள் என்றெல்லாம் கூறியபோது கூட என்னை பற்றிய எண்ணம் மாறாமல் என்னோடு பயணித்தவன் அவனே!!

இவ்வாறாக நான் என் கல்லூரி படிப்பையும் தாண்டி வேலைக்கு அதாவது (placements) சேர்ந்தேன். அங்கே பல இடங்களில் கடைசி

ரவுண்டு வரை சென்று திரும்பியுள்ளேன். அப்போதும் எனக்கு அந்த தைரியம் குறையயவில்லை. எப்படியேனும் நல்ல வேலை கிடைக்கும் என்று காத்திருந்தேன்.

என் சக நண்பர்கள் நல்ல தனியார் நிர்வாகத்தில் வேலைக்கு சேர்ந்தனர் அதுவும் என் கல்லூரியின் வழியே. நான் வேலை இல்லாமலே கல்லூரியை விட்டு வெளியேறினேன். பின்பு நான் சாதாரண கம்யூட்டர் டெலிக்காலிங் வேலை செய்து வந்தேன். அப்போதும் பல கம்பெனிகளில் அப்பிளை செய்து வைத்தேன் ஒன்றும் இடம் கொடுக்கவில்லை அப்போதுதான் விடா முயற்சியோடு எனக்கு மிகவும் பிடித்த நிறுவனத்தில் அப்பிளை செய்து வந்தேன். அதிலும் கடைசி வரை சென்று பின்வாங்கினேன்.

முயற்சி திருவினையாக்கும்

இவ்வாறாக நான் பணிக்காக என் முழு மூச்சையும் போட்டுகொண்டு இருக்கையில் என் அப்பாவிற்கும் உடல்நலம் சரிவர இல்லை என்பதும் அவர் இன்னும் அந்த பழக்கத்திற்கு அடிமையான நிலையில் இருந்தால் அது அவர் உயிருக்கே ஆபத்தை தரும் என்பதும் தெரிய வந்தது. இதை கேட்டதும் இனி நாம் தான் நல்ல வேலையில் சேர்ந்து அம்மா அப்பாவை பார்க்க வேண்டும் என்னும் வெறி தோன்றியது.

நான் மிகவும் தீவிரமாக வேலை தேட ஆரம்பித்தேன். கிட்டத்தட்ட ஐந்து மாதங்கள் டெலிக்காலிங் வேலை செய்து பின் அதை முடிவிட்டனர். திரும்பவும் வேலை இல்லாமல் ஒரு ஹோட்டலில் ரிசப்ஷநிஸ்ட் வேலை பார்த்து வந்தேன். பின் குறைந்த சம்பளத்தில் ஆனால் பெரிய நிறுவனத்தில் மறுபடியும் டெலிக்காலிங் வேலை செய்தேன்.

ஆனாலும் நான் என் கனவு கம்பெனியை விட வில்லை. அதையும் அட்டென் செய்தவாரும், கடைசியில் வெளி வருவதுமாக இருந்தேன். சற்று சலிப்பு ஏற்படும் தருவாயில் டெலிக்காலிங்கிலாவது சற்று நல்ல நிலைமைக்கு வருவோம் என்னும் எண்ணத்தில் ஒருதடவை மட்டும் என் கனவு கம்பனியில் முயற்சி செய்து பார்ப்போம் என்று நினைத்தது தான் தாமதம் அதில் வெற்றிக்கண் பதித்தேன். ஆம் இன்றும் அந்த

கம்பனியில் தான் நான் மிகவும் மன நிறைவுடன் வேலை செய்து வருகிறேன். என் குடும்பத்தையும் பார்த்து வருகிறேன்.

என் அம்மா அப்பாவை நன்றாக பார்த்து கொள்ள வேண்டும் என்பது மட்டுமே இப்போது எனக்கு உள்ள கடமை. ஆனால் என் அப்பாவோ நான் வேலை செய்வதால் நான் அவர்மீது கோபம் கொள்கிறேன் அவர் வார்த்தை கேட்பதில்லை என்றே என்னிடம் அவர் பேசுவதையே விட்டுவிட்டார் ஆனால் ஒரு நிம்மதி என்னவென்றால், அப்பழக்கம் என் அப்பாவிடம் இன்றி அகழ்ந்தது.

அந்த ஒரு தொல்லை இல்லாமல் என் அப்பாவும் ஆரோக்கியமாக உள்ளார் என்பது குறிப்பிடத்தக்கது. அப்போது நாங்கள் கஷ்டம் படும் சமயம் வாராத பல சொந்தங்களும் , பந்தங்களும் இன்று எங்கள் இல்லம் தேடி வர தொடங்கினர்.

இவ்வளவுதான் வாழ்க்கை

இன்று நான் மிகவும் நிம்மதியான பணியில் உள்ளேன். ஆனால் எந்த அன்பிற்காக நான் இவ்வளவு பயணம் கடந்து வந்தேனோ , அப்பயணம் நான் உயிர் உள்ளவரை தொடரும் என்று அன்று நான் முதல் பரிசு வாங்கியபோது எனக்கு தெரியவில்லை. ஒவ்வொருவரும் ஒவ்வொரு பொருளை தேடி இவ்வுலகில் பயணிக்கின்றனர். ஆனால் நானோ என் அப்பாவின் அன்பை தேடி இப்பிறவியை கடக்க போகிறேன். ஆனால் என் வாழ்வில் நான் கண்டது உணர்ந்தது ஒன்றே எதும் நிரந்தரம் இல்லை. எதற்கும் ஆசை கொள்வதும் கூடாதது எதுவும் சில காலமே!!!

முடிந்த வரை அன்பை பகிர்வோம் என்னும் மன நிலைக்கு வந்து விட்டேன். அதனால் தானோ என்னவோ எனக்கு என் வாழ்வின் மீதே வெறுப்பும் இப்போது உண்டாக்கியுள்ளது. இன்றில்லையேனும் , இந்த ஜென்மம் இல்லையெனும் அடுத்த ஜென்மத்தில் ஆவது என் அப்பாவிடம் நான் அன்பை பெறுவேன்.

ஏழேழு ஜென்மம் எடுத்தாலும் காத்திருப்பேன் அந்த அன்பிற்காக இப்போது நான் அவரிடம் எதையும் எதிர்பார்க்கவில்லை பார்த்த நாட்கள் எனக்கு கற்றுக்கொடுத்தவை ஒன்றே!!!!! என் அப்பாவிற்கு வயதாகிறது எனக்கு அவர் கொடுக்க வேண்டும் என்ற அன்பை நானே அவருக்கு கொடுக்கவேண்டுமென்ற முடிவையும்

எடுத்துவிட்டேன். அதை என் உயிர் உள்ளவரை செய்யவிருக்கும் கடமையாகும். இவ்வாறு சிந்துவாக என்னை பாவித்து இந்த கதையை நான் சொல்லவில்லை. ஏனெனில் அந்த சிந்துவே நான் தான். என் கதையே இக்கதை!!

தாயுமானவள்

"வயதாய் வளர்ந்தும் இவன் பிள்ளையே!!!
பிள்ளை போல இருந்தும் இவள் அன்னையே!!!"